நேரத்தை உரமாக்கு

காலம் உங்கள் காலடியில் - 2

சோம. வள்ளியப்பன்

பங்குச்சந்தை வர்த்தகம், சுயமுன்னேற்றம், நிர்வாக வியல், மனித வள மேம்பாடு உள்ளிட்ட துறைகளில் பல புகழ்பெற்ற நூல்களை எழுதியவர் சோம. வள்ளியப்பன். துறை சார்ந்த செழிப்பான அனுபவமும் நிபுணத்துவமும் கொண்டிருக்கும் இவர் தொலைக்காட்சி மற்றும் பத்திரிகைத்துறை ஊடகங்களில் தொடர்ந்து இயங்கிவருகிறார்.

பங்குச்சந்தை பற்றிய இவருடைய அள்ள அள்ளப் பணம் நூல்கள்(வரிசை 1-5), வெளிவந்த காலம் தொட்டு இன்றுவரை தொடர்ந்து விற்பனையில் சாதனை படைத்துவருகின்றன.

ஆசிரியரின் பிற நூல்கள்

பங்குச்சந்தை

1. அள்ள அள்ளப் பணம் 1 - *பங்குச்சந்தை: அடிப்படைகள்*
2. அள்ள அள்ளப் பணம் 2 - *பங்குச்சந்தை: அனாலிசிஸ்*
3. அள்ள அள்ளப் பணம் 3 - *பங்குச்சந்தை: ஃபியூச்சர்ஸ் அண்ட் ஆப்ஷன்ஸ்*
4. அள்ள அள்ளப் பணம் 4 - *பங்குச்சந்தை: போர்ட்ஃபோலியோ முதலீடுகள்*
5. அள்ள அள்ளப் பணம் 5 - *பங்குச்சந்தை: டிரேடிங்*

வியாபாரம்

1. *நம்பர் 1 சேல்ஸ்மேன்* (சிறந்த விற்பனையாளர் ஆவது எப்படி?)
2. *பணமே ஓடி வா*

நிர்வாகம்

1. *ஆளப்பிறந்தவர் நீங்கள்* (தலைமைப் பண்புகள்)
2. *காலம் உங்கள் காலடியில்* (நேர நிர்வாகம்)
4. *உலகம் உன் வசம்* (கம்யூனிகேஷன்)
5. *உறுதி மட்டுமே வேண்டும்* (கமிட்மெண்ட்)
6. *உறவுகள் மேம்பட* (Secrets of Managing People)
7. *சிறந்த நிர்வாகி ஆவது எப்படி?*
8. *மேனேஜ்மெண்ட் குரு கம்பன்*
9. *நாட்டுக் கணக்கு*
10. *வீட்டுக் கணக்கு*
11. *நேரத்தை உரமாக்கு* (காலம் உங்கள் காலடியில் - 2)

சுயமுன்னேற்றம்

1. *எமோஷனல் இண்டெலிஜென்ஸ் 2.0*
2. *இட்லியாக இருங்கள் - எமோஷனல் இண்டெலிஜென்ஸ்*
3. *தடையேதுமில்லை* (சுயமுன்னேற்றக் கட்டுரைகள்)
4. *மன அழுத்தம் விரட்டலாமா* (மாணவர்களுக்கு -யுனெஸ்கோவுக்காக)
5. *உஷார் உள்ளே பார்* (மனமும் சக்தியும்)
6. *ஆல் தி பெஸ்ட்!* (நேர்முகங்களில் வெற்றி பெறுவது எப்படி?)
7. *தள்ளு* (மோட்டிவேஷன்)
8. *சின்னத் தூண்டில் பெரிய மீன்*
9. *சிறு துளி பெரும் பணம்*
10. *டீன் தரிகிட* (பதின் பருவத்தினருக்கு)
11. *சொல்லாததையும் செய்!*
12. *மனதோடு ஒரு சிட்டிங்*
13. *இவ்வளவுதானா நீ?*
14. *முன்னேற்றம் இந்தப் பக்கம்*
15. *எல்லோரும் வல்லவரே*
16. *காதலில் இருந்து திருமணம் வரை*

நேரத்தை உரமாக்கு

காலம் உங்கள் காலடியில் - 2

சோம. வள்ளியப்பன்

கிழக்கு

நேரத்தை உரமாக்கு

Nerathai Uramakku

Previously published as Thanga Thugalgal

Kizhakku First Edition: October 2017

136 Pages

Printed in India.

ISBN: 978-93-86737-25-0

Kizhakku - 1038

Kizhakku Pathippagam

177/103, First Floor, Ambal's Building,

Lloyds Road, Royapettah, Chennai 600 014.

Ph: +91-44-4200-9603

Email : support@nhm.in | Website : www.nhm.in

kizhakkupathippagam kizhakku_nhm

Author's Email: baluvalliappan1@yahoo.co.in

baluvalliappan5@gmail.com

Author's Website : www.writersomavalliappan.com

Kizhakku Pathippagam is an imprint of New Horizon Media Private Limited

முன்னேறத் துடிக்கும் எவருமே தங்களைத்
தாங்களே கேட்டுக்கொள்ள வேண்டிய கேள்வி:

'என்னுடைய நேரத்தை நான்
மிகச் சிறந்த பலன்பெறும் வகையில்தான்
பயன்படுத்திக் கொண்டிருக்கிறேனா?'

உள்ளே

முன்னுரை

வாரன் பஃபெட், உலகின் நெ.1 பணக்காரராக வெகுகாலம் இருந்தவர். பின்பு அந்த இடத்தை மைக்ரோ சாஃப்ட் நிறுவனத்தின் பில்கேட்ஸுக்குக் கொடுத்தார். தனது நிறுவனமான பெர்க்ஷயர் ஹாத்தவே மூலம் பங்குச்சந்தையில் முதலீடு செய்து தொடர்ந்து பல ஆண்டுகளாக, அசாத்தியமான அளவுகளில் சம்பாதித்துக் கொண்டிருப்பவர்.

வாரன் பஃபெட்டுக்குத் தற்போது வயது 85க்கும் சற்று கூடுதல். முதன்முதலில் அவர் சொந்தமாகப் பணம் சம்பாதித்தபோது அவருக்கு வயது ஆறுக்கும் குறைவு! அப்போது தொடங்கி இப்போதுவரை விடாமல் தொடர்கின்றன, அவரது வெற்றிகள்.

திறமையானவர். தனது திறன்களைத் தெளிவாகத் தெரிந்து வைத்திருப்பவர். அதனால், அவர் விரும்பும் பணத்தை அள்ளித் தட்டிக் கொண்டிருக்கிறார். சம்பாதிக்கும் பணத்தின் பெரும்பகுதியைப் பல்வேறு சமூக நலத்திட்டங்களுக்காகச் செலவிட்டுக்கொண்டிருக்கிறார். தனது சொத்தில் 99% தை தர்மத்துக்கு எழுதி வைத்திருப்பவர்.

தாமஸ் ஆல்வா எடிசன் - மின்சார பல்ப் உட்படப் பல முக்கிய கண்டுபிடிப்புகளைச் செய்தவர். ஆயிரத்துக்கும் அதிகமான கண்டுபிடிப்புகளுக்கான காப்புரிமைகள் வைத்திருந்தவர். 84 வயது வரை

வாழ்ந்தவர். இறுதிவரை விடாமல் கண்டுபிடிப்புகள் செய்து கொண்டேயிருந்தவர்.

இந்தியாவின் எடிசன் என்று போற்றப்படுவர் ஜி.டி.நாயுடு. கோயம்புத்தூரைச் சேர்ந்தவர். பல அரிய கண்டுபிடிப்புகள் செய்தவர். 81 ஆண்டுகள் வாழ்ந்தவர்.

இவர்கள் மட்டுமல்ல, இவர்களைப்போல நீண்ட ஆயுளுடன் வாழ்ந்து, பலகாலம் தங்கள் திறமையைப் பயன்படுத்தியவர்கள் பலர். உலகத்துக்குப் பலனளித்துத் தாங்களும் பணம், புகழ் எனப் பலனடைந்த இவர்கள் எல்லாம் ஒருபுறம் என்றால், விவேகானந்தர், பாரதியார், மாவீரன் நெப்போலியன், அலெக்ஸாண்டர், கவிஞர் பட்டுக்கோட்டை கல்யாணசுந்தரம் போன்றவர்கள் இவர்களுக்கு நேர் எதிர் சாரர். எதில் தெரியுமா? அவர்கள் ஆயுள் காலத்தில்.

இரண்டாவது குழுவினரும் அவரவர் எடுத்துக்கொண்ட துறைகளில் மாபெரும் பங்களிப்புகள் செய்தவர்கள், வெற்றியாளர்கள், சாதனை யாளர்கள்தான். ஆனால், அவர்கள் வாரன் பஃபெட், எடிசன், ஜி.டி.நாயுடு போன்றோரிலிருந்து ஒரு குறிப்பிட்டவிதத்தில் வேறுபட்டவர்கள்.

வேறுபாடு, அவர்கள் வாழ்ந்த நாட்களின் எண்ணிக்கையில் இருக்கிறது. இரண்டாம் சாரர் வாழ்ந்தது 40 ஆண்டுகளுக்கும் குறைவாக! விவேகானந்தரும் பாரதியாரும் அவர்களது 39ஆவது வயதினிலும், மாவீரன் நெப்போலியன் 33ஆவது வயதிலும், கவிஞர் பட்டுக்கோட்டை கல்யாணசுந்தரம் 29ஆவது வயதிலும் மறைந்தார்கள்.

அனைவரும் திறமைசாலிகள். வாழ்ந்த காலத்தில், ஏகப்பட்டவை செய்தவர்கள். ஆனால் இவர்கள் அனைவரும் குறைந்த காலமே வாழ்ந்தவர்கள். இப்போது ஒரு கேள்வி. அவர்கள் எல்லாம் மேலும் பல ஆண்டுகள் வாழ்ந்திருந்தால் எப்படியிருந்திருக்கும்?

இதென்ன கேள்வி! கண்டிப்பாக நன்றாகத்தான் இருந்திருக்கும். நிச்சயமாக இன்னும் எவ்வளவோ செய்திருப்பார்கள். அவர்கள் வாழ்ந்த காலம் குறைந்துவிட்டதன் காரணமாக, அவர்களின் பங்களிப்பு இவ்வுலகுக்குக் கிடைக்க வேண்டிய அளவு கிடைக்காமல் போய்விட்டது. அதனால் உலகம் இழந்தவை ஏராளம்.

இரு சாராருமே திறமையானவர்கள். சிலர் அதிக காலம் பங்களிப்பு செய்தவர்கள். இன்னொரு சாரார் குறைந்த காலமே பங்களிப்பு செய்தவர்கள்.

குழாயில் தண்ணீர் வருகிறது. அதனால் எவ்வளவு பயன்? எவ்வளவு நேரம் தண்ணீரைப் பிடித்துக்கொள்கிறோம் என்பதைப் பொறுத்ததுதானே அது? மழை அடித்துக்கொண்டு ஊற்றுகிறது கனமழை. நீர்பிடிப்பு ஏரிகளில் நீர் நிறைந்ததா என்பது, மழை எவ்வளவு நேரம் பெய்தது என்பதையும் பொறுத்தது அல்லவா?

கிரிக்கெட் வீரர் ஒருவர் அவர் சந்தித்த ஒவ்வொரு பந்தையும் அடித்து விளாசுகிறார். ஓவர் ஒன்றுக்கு சராசரியாக அவர் எடுத்த ஓட்டங்கள் ஏழு. அவரால் அந்த அணிக்கு எவ்வளவு பலன்? அவர் மொத்தம் எவ்வளவு ஓட்டங்கள் எடுத்தார் என்பதைப் பொறுத்ததுதானே அது! அவ்வளவு சிறப்பாக ஆடிய அந்த வீரர், அதிக ஓவர்கள் ஆடியிருந்தால் கூடுதல் பலன் கிடைத்திருக்கும். இல்லாவிட்டால்?

எல்லாவற்றையும் ஒன்று சேர்த்துப் பார்த்தால் கிடைக்கக்கூடிய செய்தி இதுதான். திறமையுடன் சிறப்பாகச் செய்வனவற்றை அதிக நேரம் செய்யவேண்டும். அதற்கு நேரம் உருவாக்கிக்கொள்ள வேண்டும். அந்த விதத்தில் முன்னேறத் துடிக்கும் எவருமே தங்களைத் தாங்களே கேட்டுக்கொள்ள வேண்டிய கேள்வி: என்னுடைய நேரத்தை நான் மிகச் சிறந்த பலன்பெறும் வகையில்தான் பயன்படுத்திக் கொண்டிருக்கிறேனா?

அது எந்தத் துறையாக இருந்தாலும் சரி, வெற்றி பெற்றவர்கள் எல்லாம் அவர்களுடைய நேரத்தை வீணாக்காமல் சரியாகப் பயன்படுத்தி இருக்கிறார்கள். மின்சாரம், இடம், இயந்திரங்கள், பணம் போன்ற வளங்களைப் போலவே, நேரம் என்பதும் முக்கியமான, அதே சமயம் எல்லோருக்கும் பொதுவான ஒரே அளவில் கிடைக்கிற வளமாக இருக்கிறது.

நேரத்தை வீணடிப்பது, பணத்தை வீணடிப்பதைவிட மோசமானது.

நேரம் பற்றிய என்னுடைய முதல் புத்தகம், 'காலம் உங்கள் காலடியில்' 2005-ல் வெளிவந்தது. அதில் நேரத்தைச் செலவு செய்வது, முதலீடு செய்வது மற்றும் சேமிப்பது பற்றியும், முக்கிய மற்றும் அவசரம் என்கிற விதமாக வேலைகளைப் பிரிப்பது

பற்றியும், அவற்றினை எப்படித் தேர்ந்து செய்வது என்பவை பற்றியும் விரிவாக எழுதியிருந்தேன். அந்த வகையில் இந்த காலத்தை வென்றவன் புத்தகம் 'காலம் உங்கள் காலடியில்' புத்தகத்தில் கொடுக்கப்பட்டிருப்பனவற்றைவிட, கூடுதல் மற்றும் அதி நுணுக்கமான வழிமுறைகளைப் பற்றியது. குறிப்பாக, 'எவை முதலில்?' அத்தியாயத்துக்குப் பிறகு கொடுக்கப்பட்டுள்ளவை, வீணாகும் நேரங்களை அடையாளம் காட்டுபவையாகவும், சிறிதளவு நேரத்தைக்கூட வீணடிக்காமல், சிறப்பாகப் பயன்படுத்தும் வழிமுறைகளைத் தெரிவிப்பவையாகவும் இருக்கும்.

நேரடியாக அப்படிப்பட்ட மேலதிக வழிமுறைகளை எழுதினால், முதல் புத்தகத்தைப் படிக்காதவர்களுக்கு சிரமமாக இருக்கும் என்ற காரணத்தினால், நேரத்தின் முக்கியத்துவத்தையும் அதைப் பயன்படுத்துவதில் தேவைப்படும் பார்வை மற்றும் அடிப்படை ஒழுங்கு பற்றியும் வேறு கோணத்திலிருந்து முதல் மூன்று அத்தியாயங்களில் எழுதியிருக்கிறேன்.

இந்தப் புத்தகத்தில் இருக்கும் பெரும்பாலான தகவல்கள், 'நமது நம்பிக்கை' மாத இதழில், 'காலம் உங்கள் காலடியில்-2' என்கிற தலைப்பில் தொடராக எழுதப்பட்டவை. இந்தப் புத்தகம் வெளிவரும் நேரம், அதன் ஆசிரியர், நண்பர், கவிஞர் மரபின் மைந்தன் முத்தையா அவர்களுக்கும் எனது மனமார்ந்த நன்றியைத் தெரிவித்துக்கொள்ள விரும்புகிறேன்.

'காலம் உங்கள் காலடியில் - 2' தொடர் வெளிவந்தபோது சந்தித்த வாசக நண்பர்கள், அதில் நான் சொல்லிய யோசனைகள் பலவும் எல்லாராலும் உடனடியாகப் பயன்படுத்தத் தக்கவையாக இருப்பதாகக் குறிப்பிட்டார்கள். புத்தகத்தைப் படிப்பவர்களும் அப்படியே உணர்வார்கள் என்று எண்ணுகிறேன்.

சோம. வள்ளியப்பன்

அபிராமபுரம்

என்ன செய்யப் போகிறோம்?

உங்கள் வசதி எப்படி? நீங்கள் வசதியானவரா? வசதி குறைவானவரா?

இந்தக் கேள்வி உங்கள் பண வசதி குறித்ததல்ல. அதைவிட முக்கியமான ஒரு வசதியைப் பற்றியது. அந்த வசதி என்பது நேரம் தொடர்பானது. நேரத்தைப் பொறுத்தவரை நீங்கள் எப்படி?

வசதியானவரா? பற்றாக்குறை உள்ளவரா?

பல பெரிய மனிதர்கள், படித்தவர்கள், பணக்காரர்கள் எல்லோரும் நேர விஷயத்தில் மிகப்பெரும் சிரமத்தில் இருப்பவர்களாகவும் வேறு சிலர் வசதியானவர்களாகவும், சௌகரியமானவர்களாகவும் இருக்கிறார்கள். எந்த ஒரு விஷயத்திலும் நமக்குத் தேவையான அளவுக்கோ அதற்கும் அதிகமாகவோ இருந்தால் நாம் வசதியானவர். தேவை அதிகமாக இருந்து, அவற்றை நிறைவு

செய்யும் அளவு வசதி இல்லாவிட்டால், அந்த விஷயத்தில் நாம் பற்றாக்குறை உள்ளவராகவும்தான் இருப்போம் இல்லையா?

நாள் ஒன்றுக்கு 24 மணி நேரம், வாரத்தில் ஏழு நாட்கள், மாதம் முப்பது தினங்கள், ஆண்டுக்கு 12 மாதங்கள் என்பதெல்லாம் எல்லோருக்கும் பொதுதான். ஒரு நபருடைய பதவி, பொறுப்பு, செல்வாக்கு, அதிகாரம் என எது எப்படியாக இருந்தாலும் அவருக்குக் கிடைக்கும் நேரத்தின் அளவுகள் கூடவோ குறையவோ செய்யாதே!

நேரத்தைப் பொறுத்தவரை அனைவரும் ஒன்றுதான். கிடைக்கக் கூடிய 'சப்ளை' என்பதில் யார் எவர் என்பதைப் பொறுத்து மாற்றம் கிடையாது. எல்லோருக்கும் ஒரே அளவுதான். ஆனால் தேவைகள் அப்படியில்லையே! செய்ய வேண்டியவை, செய்து முடித்துக் கொடுக்க வேண்டியவை என்பன நபருக்கு நபர் மாறுபடும்.

ஒரு சிலருக்கு நாள் என்பது விடியற்காலை நான்கு அல்லது ஐந்து மணிக்கே தொடங்கிவிடும். இரவு பதினொன்று, பன்னிரண்டானாலும் முடியாது. அவ்வளவு கொடுக்கப்பட்டும் அவர்களுக்கு நேரம் போதாது. 'அடடா, அதற்குள் மணியாகிவிட்டதே, செய்ய வேண்டியது இன்னும் ஏகப்பட்டது இருக்கிறதே!' என்கிற வருத்தத்துடன்தான் படுக்கப்போவார்கள்.

இப்படிச் சிலர் என்றால், வேறு ஒரு வகையினர் இருக்கிறார்கள். அவர்களுக்கும் நேரம் தொடர்பான பிரச்னை உண்டு. ஆனால் அது வித்தியாசமானது. நேர் எதிரானது! ஆமாம், வேறு சிலருக்கு. நாளைக் கடத்துவது என்பது பெரும் சிரமமாக இருக்கும். என்ன செய்வது, எப்படி நேரத்தைப் போக்குவது என்று தெரியாமல் விழிப்பார்கள். அவர்களிடம் நேரம் உபரியாக அல்ல, அபரிமிதமாகவே இருக்கும். கண்டுபிடித்துக் கண்டுபிடித்து எதையாவது செய்ய வேண்டியிருக்கிறதே என்று அலுத்துக்கொள்வார்கள்.

செய்ய வேண்டியவை நிறைய இருந்து, அதற்குத் தேவையான அளவு நேரம் இல்லாதவர்கள் முதல்வகை என்றால், செய்ய வேண்டியது அதிகம் இல்லை ஆனாலும் எல்லோருக்கும் கிடைப்பது போலவே நேரம்கிடைக்கப் பெறுபவர்கள் என்பவர்கள் இரண்டாம் வகையினர்.

இந்த இரண்டுக்கும் இடைப்பட்ட மூன்றாம் வகையினரும் உண்டு. அவர்கள், தாங்கள் செய்ய வேண்டிய வேலைகளுக்குத் தேவையான அளவு நேரம் இருப்பவர்கள். கிடைக்கிற நேரம் முழுவதையும் சரியாகப் பயன்படுத்துபவர்கள்.

ஆக, நேரத்தைப் பொறுத்தவரை மக்களை மூன்று வகையினராகப் பிரிக்கலாம்.

1. நேரப் பற்றாக்குறை உள்ளவர்கள்.
2. நேரத்தில் வசதி மிக்கவர்கள்.
3. நேரத்தைச் சரியாகப் பயன்படுத்துபவர்கள்.

வகை	நேரத்தேவை (டிமாண்ட்)	கிடைக்கும் நேரம் (சப்ளை)	விளைவு
1	அதிகம்	குறைவு	சங்கடங்கள், எரிச்சல், கெட்ட பெயர்
2	குறைவு	அதிகம்	முழுப்பயன் பெறாமை, வளர்ச்சி வாய்ப்பினை பயன்படுத்தாமல் இருப்பது
3	குறிப்பிட்ட அளவு	போதிய அளவு	நிறைவு

இளம் பிராயத்தில் வேலைக்குச் சேர்ந்த உடன் அல்லது தொழில் வியாபாரம் தொடங்குகிற ஆரம்ப கட்ட நேரம் போன்றவற்றின் போது ஒருவருக்கு இருக்கிற நேரத் தேவையைவிட, அதற்குப் பிறகு வரும் கால கட்டங்களில் தேவைப்படும் நேரத்துக்கான தேவை என்பது பலமடங்காக உயர்ந்துவிடும்.

வயது அதிகரிக்க அதிகரிக்க, செய்ய வேண்டியவையும் அதிகரித்துக் கொண்டே போகும். வேலையில் சேரும்போது கொடுக்கப்படும் பொறுப்புகள், பின்வரும் ஆண்டுகளில் கூடுமே தவிர, குறையாது. வியாபாரமும் தொழிலும் வளர வளர, நிறுவனரின் செயல் பாடுகளும் அதிகரிக்கும். ஆக, ஒருவருடைய வளர்ச்சி என்பதே, அவருடைய கூடுதல் செயல்பாடுகளின் மூலம்தான் வரமுடியும் என்றாகி விடுகிறது. கூடுதல் செயல்பாடுகள் என்றால், கூடுதல் நேரம் தேவை. ஆனால் நேரத்தை அதிகரித்துக் கொள்ள எவருக்குமே வழியில்லை.

இப்படி வளருகிறபோது தான் ஒருவர் 'முதல்' நிலையில் இருந்து 'இரண்டாம்' நிலைக்கு வருகிறார். அவர் செய்யக்கூடியவை அதிகரிக்கின்றன. அதனால் அவருக்குப் பலன் கிடைக்கிறது. வளருகிறார். அது மகிழ்ச்சி தருகிறது. மேலும் மேலும் வளர வேண்டும் என்ற விரும்புகிறார். கூடுதலாகச் செய்கிறார். ஒரு கட்டத்தில் அவர் விரும்புகிற எல்லாவற்றையும் தேவைப்படும் அளவு செய்ய முடியவில்லை, திணறுகிறார். 'நேரம் போதவில்லை' என்பது அவருடைய நிலையாகிறது. வளர்ச்சி வேகம் குறைகிறது. சிலருக்குப் பெயர் கெடுகிறது. எரிச்சல், பதற்றம், கோபம் எல்லாம் வருகின்றன. இவற்றின் காரணமாக உறவுகளில் விரிசல்கள், உடல் நலத்தில் கோளாறு போன்றவையும் வந்து ஒட்டிக்கொள்கின்றன. அவருடைய வளர்ச்சி தடைப்படுகிறது. இதுதான் பிரச்னை.

இந்தத் தீவிரமான பிரச்னைக்கான காரணம், நேரப் பற்றாக்குறை. இது இரண்டாம் நிலைதான். ஆனால் எல்லோரும் இந்தக் கட்டத்துக்கு வருவதில்லை. சிலர் 'முதல்' கட்டத்தையே தாண்டுவதில்லை. அவர்கள் தங்களுக்குக் கிடைக்கும் நேரம் என்ற வளத்தை, வாய்ப்பை முழுவதும் பயன்படுத்தத் தவறுபவர்கள். வாழ்க்கையில் முன்னேறாதவர்கள்.

வேறு சிலர் முண்டியடித்து, முதல் கட்டத்தில் இருந்து வெளியேறி இரண்டாம் கட்டத்துக்குள் குதித்துவிடுகிறார்கள். இரண்டாம் கட்டம் என்கிற வளர்ச்சிப் பாதையில் ஓடுவோர் எண்ணிக்கை மிக அதிகம். மாரத்தான் ஓட்டப் பந்தயத்தில் கலந்துகொள்வோர் போன்ற கூட்டம் அது.

முழு தூரமும் ஓடமுடியாமல், தூரம் போகப்போக ஒவ்வொருவராக சமாளிக்க முடியாமல் உட்கார்ந்துவிடுவார்கள். கடைசிவரை ஓடுபவர்கள் மிகச் சிலரே. இறுதிவரை ஓடி வெற்றி பெறுபவர்கள் மூன்றாவது கட்டத்தில் இருப்பவர்கள்.

இங்கே ஒன்றைக் கவனிக்கவேண்டும். மூன்றாவது கட்டத்தில் இருப்பவர்கள் அனைவருமே திறமைசாலிகள் அல்லர். தற்செயலாக சாதாரண அளவு வேலைகளை உள்ள நேரத்தில் செய்பவர்களும் இதில் உண்டு. அவர்கள் பெரிய பொருளாதார வளர்ச்சி, பதவிஉயர்வு, அங்கீகாரம் போன்றவற்றைப் பெறாமல் போகலாம். காரணம், அவர்கள் செய்கிற வேலைகள் ஒன்றும் பெரிய பலன் தருபவனாக இருக்காது. 'தரம்' என்று சீர்தூக்கிப் பார்த்தால் அவர்கள் செய்பவை சாதாரண வேலைகளாக இருக்கும்.

அந்த வேலைகளின் பலனும் அதேபோல சாதாரணமாகவே இருக்கும். அவர்கள் செய்வது Nine To Five, White Collar job என்றெல்லாம் சொல்லப்படும் மெலுக்கான வேலைகளாக இருக்கலாம். அதிக மதிப்பெண்களுக்கு முயலாத Just Pass முயற்சிகள் போல இருக்கலாம்.

அவர்களுக்கு இருக்கும் நேரத்தை, அவர்கள் பயன்படுத்தும்விதம் என்பது பதற்றம் தராத பரபரப்பு உண்டாக்காத அதே சமயம், உபரி இல்லாமல் சரியாகப் போகிறவிதமாக இருக்கலாம். அது சரியா, தவறா? நாம் ஏன் எடை போடவேண்டும்? அது அவர்கள் விருப்பம். நாம் குறிப்பிடுகிற, போற்றுகிற மூன்றாம் நிலை மனிதர்கள் அவர்கள் இல்லை.

மிகச் சிறப்பாகச் செயல்படுகிற, மதிப்பு உண்டாக்கும் வேலை களைச் செய்கிற, அதே சமயம் நேரப் பற்றாக்குறை என்கிற பிரச்னையில்லாத மனிதர்கள்தான் மூன்றாவதான உயர் நிலையில் இருப்பவர்கள். அவர்களே மிகப் பெரிய வெற்றியாளர்கள்.

முதல் கட்டத்தில் இருந்து இரண்டாம் கட்டத்துக்கு வரவேண்டும். வந்தபிறகு, சமாளித்து, சரி செய்துகொண்டு, விடாமல் மூன்றாம் கட்டத்துக்கும் போக வேண்டும். அதுதான் வெற்றி. தனக்கு இருக்கும் நேரத்தை முழுமையாக, மிகச் சிறப்பாகப் பயன்படுத்த வேண்டும். அதுதான் உயர் நிலை.

அந்த உயர் நிலைக்கு எல்லோராலும் போக முடியுமா? முடியும். முடியுமென்றால் போவது எப்படி?

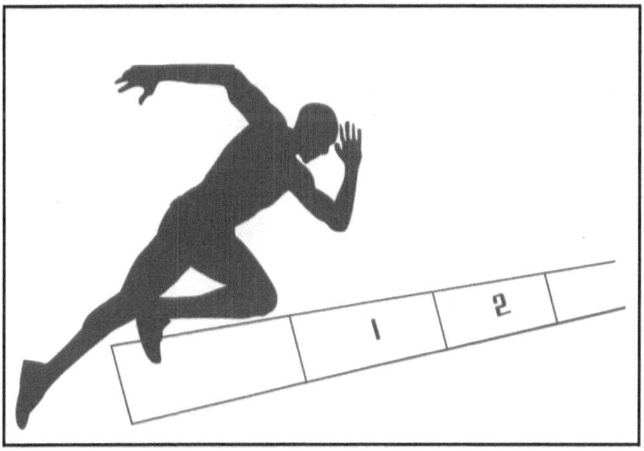

செய்வது என்ன?

ஒருவருடைய வெற்றிகள் அதிகரிக்க அதிகரிக்க, அவருக்குத் தேவைப்படும் நேரத்தின் அளவும் தொடர்ந்து அதிகரிக்கவே செய்யும். இது இயற்கை பள்ளிகள், கல்லூரிகளில் படிப்பவர்கள். வேலையில் சேர்ந்திருப்பவர்கள், வியாபாரம் தொடங்கி யிருப்பவர்கள் அரசியல் சமுதாய அமைப்புகளில் சேர்ந்திருப்பவர்கள் என எந்தத் தரப்பினராக இருந்தாலும் அடுத்தடுத்த படிகள் என்று மேலே போகும்போது கூடுதல் வேலைகள் செய்யவேண்டி வருகிறது. ஏன் இப்படி என்பதற்கான முக்கிய காரணங்களாக நான்கைக் குறிப்பிட்டுச் சொல்லலாம்.

1. முன்னேற வேண்டும் என்றால் எல்லாம் தெரிந்திருக்க வேண்டும் என்கிற நிலை. சுற்றியுள்ள உலகம் நிற்காமல் தொடர்ந்து மாறிக் கொண்டேயிருக்க, எவற்றில் மாறுதல் ஏற்பட்டுள்ளது என்று தெரிந்து கொள்ளுதல்,

அவற்றைச் சரியாகப் புரிந்துகொள்ளுதல், கற்றுக் கொள்ளுதல் என்பவை அவசியமாகிவிட்டன. செல்போன், கம்ப் யூட்டர், ATM, இன்டர்நெட் புக்கிங், ஆன்லைன் டிரேடிங் போன்ற வற்றில் மட்டுமன்று; எல்லாவற்றிலும் வேகமான மாற்றங்கள் நிகழ்ந்து கொண்டேயிருக்கின்றன. மாற்றங்களைத் தெரிந்து கொண்டு, புதியனவற்றைக் கற்றுக்கொண்டு கையாள்வதற்கு எல்லோருமே நேரம் செலவழிக்க வேண்டியுள்ளது.

2. நம்மைச் சுற்றிலும் முன்னேறத் துடிப்பவர்கள் இருக்கிறார்கள். நம்மிடம் மட்டுமல்ல, பலரிடமும் வளர வேண்டும் என்கிற வேட்கை இருக்கிறது. அதனால், பலரும் எதையாவது செய்து கொண்டேயிருக்கிறார்கள். எல்லாத் துறைகளிலும் செய்கிறார் கள். எவர் எவரோ செய்கிறார்கள். புதிது புதிதாகச் செய்கிறார் கள். சிறப்பாகச் செய்கிறார்கள். வேகமாகவும் செய்கிறார்கள். அதனால், நாமும் அப்படிச் செய்தாக வேண்டிய கட்டாயம் ஏற்பட்டுள்ளது. முன்பைவிடக் கூடுதலாக என்பது மட்டுமல்ல, போட்டியிலுள்ள மற்றவர்களைவிடவும் அதிகமாகச் செய்ய வேண்டிய நெருக்கடி என்பது தவிர்க்க முடியாததாகிவிட்டது.

உடன் ஓடுபவர்கள் வேகமாக ஓடினால் நாமும் வேகமாகத் தான் ஓடவேண்டும். போட்டியில் வெற்றி பெற வேண்டு மானால் வேறு வழியில்லை. இது இன்றைய போட்டி உலகத்தின் கட்டாயம். போட்டி என்று வந்துவிட்டால் அதற்கு ஈடு கொடுத்துதான் ஆக வேண்டும். உலகின் உச்சபட்சப் போட்டியான ஒலிம்பிக்ஸ் விளையாட்டின் முத்திரை வாக்கியம்: Faster, Higher, Stronger என்பதுதானே!

செய்வது எதுவாக இருந்தாலும் அதில் ஈடுபட்டுள்ள மற்றவர்களை விடக் கூடுதலாக, வேகமாக, வலுவாகச் செய்ய வேண்டிய கட்டாயம் எல்லோருக்குமே இருக்கிறது. புதியதாக, முன்பைவிடக் கூடுதலாக, வேகமாகச் செய்யாவிட்டால், நாம் பின்னுக்குத் தள்ளப்படுவோம் என்பதுதான் எதார்த்த நிலை. இந்தக் காரணங்களினால் நேரத்தின் தேவை அதிகரித்திருக்கிறது.

3. வளர்ச்சி என்றாலே அதிகம் என்றுதானே பொருள்! அதிகம்பெற அதிகம் செய்யவேண்டும். கூடுதல் நேரப்படிப்பு, கூடுதல் எண்ணிக்கையிலான பாடத் திட்டங்கள், கூடுதல் வேலை, கூடுதல் உழைப்பு, அதிகமான விற்பனை என்று பலவற்றிலும் கூடுதலாகச் செய்ய வேண்டிய கட்டாயம் வளர விரும்புபவர்களுக்கு.

4. வெற்றி பெறச் செய்ய வேண்டிய படிப்பு, வேலை போன்ற வற்றைத் தவிர, மற்றவற்றிலும் நேரம் செலவழிக்க வேண்டியுள்ளது. பொழுது போக்கு, உறவுகளைப் பேணுதல், நட்பு பராமரித்தல், உடல் ஆரோக் கியத்தில் கவனம், மனம் ஈடுபடுவதில் (Passion) இறங்குதல் என்கிற வேறு தேவைகளும் உண்டு. அவற்றுக்கும் நேரம் ஒதுக்கத்தான் வேண்டும் என்கிற நிலை. Work - life balance என்பார்கள். அப்படி ‘வேலை - தனிப்பட்ட வாழ்க்கை’ ஆகிய இரண்டுக்குமே முக்கியத்துவம் கொடுக்கவேண்டிய அவசியம்.

பிரதம மந்திரிகள், சில சுறுசுறுப்பான முதலமைச்சர்கள் போன்றோர் நாள் ஒன்றுக்கு எவ்வளவு வேலைகள் செய்யவேண்டியிருக்கிறது! அவர்கள் துறை, அமைச்சகம் சார்ந்த வேலை, கட்சி வேலை, பிற அமைச்சர்களின் செயல்பாடுகள், எதிர்க்கட்சியினரைச் சமாளிப்பது, தங்கள் பதவியைப் பாதுகாத்துக் கொள்வது, அரசு அதிகாரிகளைச் சமாளிப்பது. இவற்றுடன் எத்தனை விழாக்களில் கலந்துகொள்ள வேண்டிய, பேச வேண்டிய கட்டாயம்! நாடாளுமன்றம் அல்லது சட்டமன்றக் கூட்டத்தொடர்களின்போது முழுக் கவனத்தையும் அங்கே செலுத்தியாகவேண்டும். தங்களைப் பற்றிய செய்திகள் வரும். சில பெருமை சேர்ப்பதாக, வேறுசில அவதூறாக. அவற்றைச் சமாளிக்க வேண்டும். கட்சிப் பணிக்காகவும் தேசப் பணிக்காகவும் பயணங்கள். ஆங்காங்கே விசுவாசிகளை, ஆதரவாளர்களைச் சந்திப்பது, உறவைப் பராமரிப்பதற்கான வேலைகளைச் செய்வது, உதவி கேட்டு வரும் பெரும் எண்ணிக்கை யிலானவர்களைச் சந்திப்பது, சமாளிப்பது. இவற்றுக்கு இடையில் தன் குடும்பம், நண்பர்கள் வட்டம், உடல் நலன், அரசு அல்லாத வேலைகளில் தன் சொந்த ஆர்வமுள்ளவற்றில் (கவிதை, எழுத்து) செய்ய வேண்டியவை என எல்லாவற்றையும் செய்ய வேண்டிய நிலை.

இவர்களுக்குக் கிடைப்பதும் ஒரே அளவு நேரம்தான். ஆனாலும் அவர்களுடைய அனைத்துத் தேவைகளையும் நிறைவுசெய்து கொண்டாகவேண்டும். முன்னாள் பிரதமர் ராஜீவ்காந்தி அவர்கள் பிரதமர் பதவியில் இருந்த அந்தச் சில ஆண்டுகளுக்கு நாள் ஒன்றுக்கு 4 மணி நேரம் மட்டுமே உறங்குவாராம். அன்னை இந்திராவைப் பற்றியும் அப்படியே சொல்லுவார்கள். கலைஞர் கருணாநிதியும் நாளின் மிகப் பெரும் பகுதி சுறுசுறுப்பாகவே இருப்பார். நாள் ஒன்றுக்கு 18 மணி நேர உழைப்பு என்பது இவர்களுக்கெல்லாம் சர்வ சாதாரணம்.

ஆயிரக்கணக்கான கோடி ரூபாய் சாம்ராஜ்யங்களை நிறுவிய அம்பானிகள், பில்கேட்ஸ்கள் எல்லாம் எவ்வளவு யோசிக்க, கணக்கு பார்க்க, புரிந்துகொள்ள, சிந்திக்க, முடிவெடுக்க, பிரச்னைகளை சமாளிக்க வேண்டியிருக்கும் என்று யோசித்துப்பார்த்தால் பிரமிப்பாக இருக்கும்.

தேவைகள் அதிகரிப்பதால்...

ஐந்து நாள் டெஸ்ட் பந்தயங்களில் கிரிக்கெட் ஆடும் முறை எப்படி? நிதானம், ஸ்டைல், தேர்ந்தெடுத்து அடிப்பது எல்லாம் இருக்க வேண்டும். டெஸ்ட் பந்தயங்களில் ஆடுபவர்களிடம் பெரிய பரபரப்பிருக்காது. அவசரம் அவசரமாக எதையாவது செய்வது, குறுக்கு வழிகளில் முயல்வது, கூடுதல் ரிஸ்க் எடுப்பது என்பதெல்லாம் அங்கு தேவையில்லை. ஒரு ஓவரின் ஆறு பந்துகளையும்கூட ஜாக்கிரதையாகத் தடுத்தாடலாம். ஓட்ட மெடுக்காமல் விடலாம். பிரச்னையில்லை.

20-20 மேட்ச் அதே கிரிக்கெட் விளையாட்டுதான். பந்து வீசுபவர், களம், எல்லைகள், மட்டை, லெதர் பந்து என்கிற மற்ற எல்லாம் அதேதான். ஆனால் ஆடக்கூடிய ஓவர்கள் மட்டும் வரையறுக்கப் பட்டவை. அணி ஒன்றுக்கு இருபது ஓவர்கள்தான். டெஸ்ட் மேட்ச் ஆடியது போலவா நிதானமாக ஆடுவார்கள்? அணுகுமுறையில் மாற்றங்கள் எப்படியிருக்கும்? அதிரடியாகத்தானே!

வெற்றி வேண்டுமென்றால் தேவைகள் மாற, அணுகு முறைகளும் மாறவேண்டும். வயது கூடுகிறது. வசதிகள் மாறுகின்றன. பொறுப்புகள் மாறுகின்றன. பலவற்றிலும் மாறுதல்கள். அப்படி என்றால், நேரத்தைச் செலவழிக்கும் முறைகளிலும் மாற்றங்கள் இல்லாமல் முடியுமா?

‘எப்போதும் செய்வதையே எப்போதும் செய்தால், எப்போதும் கிடைப்பதுதான் கிடைக்கும்’ என்றாகிவிடாதா?

ஒரே போன்ற செயலைச் செய்துவிட்டு, மாறுதலான பலனை எதிர்பார்ப்பது புத்திசாலித்தனமா, என்ன? வளர நினைப்பவர், வளர்ச்சிப் பாதையில் இருப்பவர், நேரத்தைப் பற்றிய தம்முடைய கண்ணோட்டத்தில் மாறுதல் கொண்டுவரவேண்டாமா? செயலைச் செய்யாமல் பலன்பெற முடியுமா?

என்ன நடக்கிறது?

ஆற்றில் போட்டாலும் அளந்து போடு என்பது பழமொழி. ஆற்றில் போடுவதால் நமக்குப் பலனில்லை. ஆனால் அதைக்கூட அளக்க வேண்டும் என்றவர்கள் இப்போதைய பரபரப்பான உலகத்தில் வாழ்பவர்கள் அல்லர்; பல நூற்றாண்டுகளுக்கு முன்பு நிதானமான வாழ்க்கை வாழ்ந்த நம் முன்னோர்கள்.

அதையே இப்போது வேறுவிதமாக What gets measured, gets improved என்கிறார்கள். 'எது அளக்கப்படுகிறதோ அதுவே முன்னேற்றம் காணும்' என்ற பொருளில். தினம் தினம் நாம் என்ன செய்கிறோம், எதில் நம் பெரும்பாலான நேரம் போகிறது என்பனவற்றை அளந்து பார்க்கவேண்டும். அளப்பதைச் செம்மையாகச் செய்பவர்களுக்குக் கிடைக்கிற பலன்களின் அளவுகள் மிக அதிகம். இது வெற்றி வழிமுறையின் முக்கிய பகுதி என்கிறபோது, இதை அலட்சியப்படுத்தக்கூடாது. எந்த நிறுவனத்திலாவது 'வருவது வரவு, போவது செலவு, எழுதிப் பார்த்தால் மட்டும் என்ன செலவு குறைந்துவிடவா போகிறது!' என்று விடுவார்களா?

கணக்குப் பார்ப்பது நிறுவனம் என்பதாலும், கணக்குப் பார்க்கப்படுவது பணம் என்கிற காரணத்தினாலும் அதை முக்கியமாகக் கருதுகிறார்கள். நிறுவனத்தின் முன்னேற்றத்துக்குப் பணம் முக்கியம் என்பது போலவே, ஒவ்வொருவருடைய தனிப்பட்ட முன்னேற்றத்துக்கும் நேரம் முக்கியம். பார்க்கப்போனால், பணத்தைக் காட்டிலும் அதிக மதிப்பு வாய்ந்தது நேரம். உலக கரன்ஸி, டாலர் அல்ல. நேரம்தான் உலக கரன்ஸி. ஆக, எங்கே, எதில் கழிகிறது நேரம் என்று தெரிந்துகொள்ளவேண்டும்.

நாள் முழுக்க ஏதாவது செய்து கொண்டிருப்பதாலேயே, செய்வதற்கு ஏதாகிலும் இருந்து கொண்டிருப்பதாலேயே, ஒருவர் அவரது நேரத்தைச் சரியாகப் பயன்படுத்துகிறார் என்கிற முடிவுக்கு வந்து விடவேண்டாம். அது, சரியாகவும் இருக்கலாம், இல்லாமலும் போகலாம்.

சிலையும் ஓவியமும்

இந்த இரண்டுக்கும் சில ஒற்றுமைகள் உண்டு. இரண்டுமே படைப்புகள். கலைப்படைப்புகள். சிற்பிகள், ஓவியர்கள் இவற்றை உருவாக்குகிறார்கள். முன்பு இல்லாமல் இருந்தவை, படைப்பாளிகளால் உருவாக்கப்படுகின்றன. மதிப்பில்லாமல்

இருந்த கல் ஒன்று சிலையானதால் மதிப்பு பெறுகிறது. வெற்றுத்தாள், வரைபவரால் ஓவியப் படைப்பாகப் போற்றப்படுகிறது. இவை இந்த இரண்டுக்கும் இடையே இருக்கும் சில ஒற்றுமைகள்.

இரண்டுக்கும் இடையே சில வேற்றுமைகளும் உண்டு. முக்கிய மான வேற்றுமை, அதுவும் இங்கே குறிப்பிடத்தக்க ஒன்று, அவை மதிப்பு பெறும் வழிமுறைகளைப் பற்றியது.

சிலை என்பது, ஒரு கல்லில் இருந்து வெளிக்கொணரப்படுகிறது. கல்லில் இருக்கும் சிலையை வெளிக்கொணர, சிற்பி கல்லின் சில பகுதிகளை உளியால் செதுக்கிவிடுகிறார். அவர் செய்யும் வேலை 'கழிப்பு' (Deletion).

மற்றொரு படைப்பான ஓவியத்தில் நிகழ்வது அதற்கு எதிர்மாறானது. வெற்றுத் தாளாக இருப்பதில், ஓவியர் வண்ணங்களைச் சேர்க்கிறார். குறிப்பிட்டவிதமாக அவர் சேர்க்கும் வண்ணங்களே போற்றுதலுக்குரிய ஓவியமாகிறது. இங்கு சாதாரணத் தாள் அல்லது கேன்வாஸ் மதிப்பு பெறுவது 'சேர்த்தல்' (addition) காரணமாக.

இரண்டும் வேண்டும்

நாளாக நாளாக, நாம் எவ்வளவோ கற்றுக்கொள்கிறோம். பல வற்றைப் பழகிக்கொள்கிறோம். சிலவற்றுடன் பரிச்சயம் கொள்கிறோம். அவை எல்லாம் தேவை. ஓவியத்தின் சேர்ப்பு போல, அந்தக் கற்றல், நம் வாழ்க்கைக்கு வண்ணமும் வனப்பும் கூட்டுகின்றன.

ஆனால், பல்வேறு காலகட்டங்களில் தெரிந்துகொண்ட, செய்து வந்த எல்லாவற்றையும் எப்போதும் தொடர்ந்து செய்யவேண்டிய தில்லை. ஒரு காலத்தில் குறிப்பிட்ட சூழ்நிலையில், பருவத்தில் சரியாக இருந்தது, எப்போதும் சரியாக வரவேண்டும் என்கிற அவசியமில்லை. நமக்கு நன்றாகச் செய்ய வருவதாலேயே அதற்கு உலகத்தில் மதிப்பு கிடைக்கும் என்று சொல்ல முடியாது. அதனால் சிலவற்றை விடவேண்டும். அவற்றுக்கு இனி இடமில்லை என்று ஆகிவிட்டால் அதனைப் புரிந்துகொள்ளவேண்டும். புதியன வர வேண்டுமென்றால், பழையன கழியவேண்டும். சிலையில் உளி செய்யும் வேலையை நம் செயல்பாடுகளில் நாம் செய்யவேண்டும்.

ஆக, முன்னேற்றம் பெற வேண்டுமென்றால் சில புதிய செயல் பாடுகளைத் தொடங்கவேண்டும்; முன்பு செய்து கொண்டிருந்த வேறு சிலவற்றை நிறுத்தவேண்டும்.

இப்படிச் செய்யமுடிபவர்கள்தான் மூன்றாம் நிலைக்கு வருகிறார்கள்; வெற்றிபெறுபவர்களாக மாறுகிறார்கள். மகாத்மா காந்தி சொல்வார், எல்லோர் தேவைகளுக்குமானவை இந்த உலகத்தில் உண்டு. ஆனால் பேராசைகளைத்தான் நிறைவு செய்யமுடியாது என்று.

செயல்பாடுகளிலும் அப்படியே. வாழ்க்கை வெற்றியின் சூட்சுமம் தேர்வு செய்வதில் இருக்கிறது. எது வேண்டும், எது வேண்டாம், எது போதும், எவை மேலும் வேண்டும் என்கிற சிந்தனைத் தெளிவு உதவும்.

வெற்றி பெற முக்கியமானவற்றைச் செய்வதற்கான நேரம் எல்லோருக்குமே உண்டு. ஆனால் எல்லாவற்றையும் செய்வதற்கான நேரம்தான் எவருக்குமே கிடையாது. அது அம்பானி ஆனாலும் சரி, அழகப்பன் ஆனாலும் சரி, நேரம் என்கிற தராசிலே எல்லோரும் ஓர் நிலை, எல்லோரும் ஓர் குலம்தான்.

சரியாக மட்டுமல்ல

சிலர் நினைப்பில், வெற்றி என்பது எல்லாவற்றையும் மிகத் திருத்தமாக, மிகச் சரியாகச் செய்வதுதான். நேர மேலாண்மையில், இந்த அணுகுமுறை சரியில்லை. மீண்டும் கிரிக்கெட் விளையாட்டு உதாரணத்தையே எடுத்துக்கொண்டால், ஐந்து நாள் கிரிக்கெட் பந்தயங்களில் முரட்டு அடிகள் கேலிக்குரியன. ஆனால் மூன்று மணி நேரம் மட்டுமே நடைபெறும் 20-இருபது ஆட்டங்களில், ஓட்டங்கள் எப்படி எடுக்கப்பட்டன என்று பார்க்கமாட்டார்கள்; எவ்வளவு வந்தது என்று மட்டுமே பார்ப்பார்கள்.

பந்தை பவுண்டரிக்கு உள்ளாகவே உயரத்தில்கூட அடிக்கலாம். எல்லைக் கோட்டுக்கும் முன்பாக, ஃபீல்டர் அருகில் விழுமாறு விண்ணில் தூக்கிவிடலாம். அது ஓட்டங்கள் பெற்றுத் தருமானால், அதற்கும் வரவேற்புண்டு.

சரியாகச் செய்யவேண்டும் என்பதைவிட, சரியானதைச் செய்ய வேண்டும் என்பதே நேரம் சுருக்கமாக இருக்கும்போது கடைப்பிடிக்க வேண்டிய அணுகுமுறை.

ஒரு சுவாரசியமான சவால்

பெண்கள் கைகளில் அணியும் வளையல் போன்ற மூன்று வளையங்கள். ஒன்றுக்குள் ஒன்று கோக்கப்பட்டு, சிறு சங்கிலி போல இருப்பவை.

இப்படி மொத்தம் ஐந்து செட்டுகள். ஒவ்வொரு செட்டிலும் மூன்று வளையங்கள் என்பதால் மொத்தம் 15 வளையங்கள்.

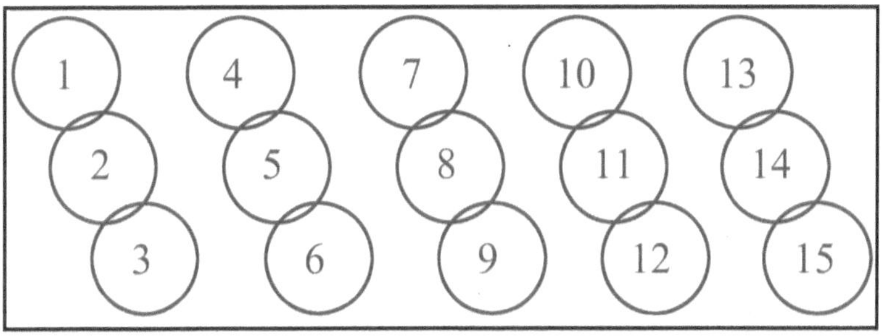

இப்படி 5 தனி செட்டுகளாக இருக்கும் இந்த வளையங்களை ஒன்று சேர்த்து ஒரு நீண்ட சங்கிலியாக்க வேண்டும்.

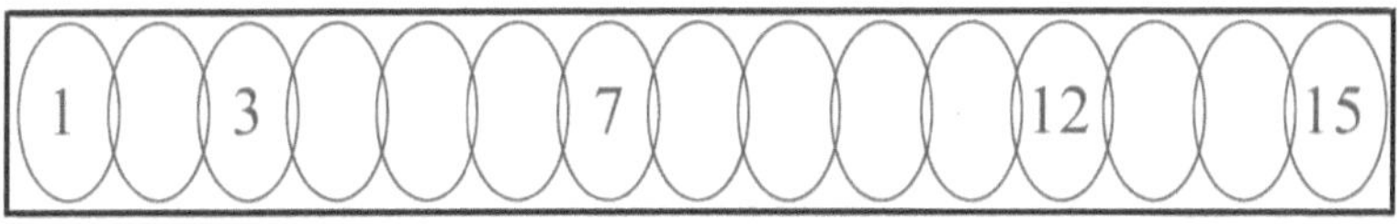

முடியாதா என்ன? சுலபம்தான். ஒரு வளையத்தை எடுத்து, அதை ஒரு இடத்தில் வெட்டி, அதை இன்னொரு வளையத்தினுள் நுழைத்து, வெட்டிய இடத்தை வெல்டு செய்து சேர்த்துவிட்டால் முடிந்தது வேலை.

மிகவும் சரி. கேள்வி என்ன என்றால், இது போல 5 செட்டுகளையும் ஒன்று சேர்க்க, எத்தனை வளையங்களை வெட்டவேண்டும்?

எல்லா வளையங்களையும் வெட்டி, ஒன்றுக்குள் ஒன்று நுழைத்துச் சேர்ப்பதென்றால், அது வெட்டி வேலை! ஆமாம் ஐந்து செட்டு களிலும் ஏற்கெனவே மூன்று மூன்று வளையங்கள் கோக்கப்பட்டு இருக்கின்றனவே! அவற்றைப்போய் ஏன் மீண்டும் வெட்ட வேண்டும்? தேவையில்லை. செய்ய வேண்டியது 5 செட்டுகளை யும் இணைப்பதுதானே தவிர, ஒவ்வொரு வளையத்தையும் அல்ல.

பதினைந்தையும் வெட்ட வேண்டாம். அதிகபட்சம் 4 வளையங் களை வெட்டிச் சேர்த்தால் போதும் என்று இப்போது தோன்றுமே! அந்தப் பதிலும் பாராட்டுக்குரியதுதான். ஆனால் 4 க்கும் குறைவான

எண்ணிக்கையிலான வளையங்களை வெட்டிச் சேர்த்து 15 வளையங் கள் உள்ள ஒற்றைச் சங்கிலியை உருவாக்கிவிடமுடியுமா என்று பாருங்களேன்.

நிச்சயமாக முடியும்

மொத்தம் 5 செட்டுகள் என்பதை மறந்துவிட்டு நாலு செட்டுகள் என்று நினைத்துக் கொள்ளவேண்டும். நான்கு தனித்தனிச் சங்கிலிகளை ஒன்று சேர்க்க வளையங்கள் வேண்டும். அதற்கு, ஐந்தாவது செட்டு எடுத்துக்கொண்டு, அதில் உள்ள மூன்று வளையங்களையும் வெட்டி, கையில் இருக்கும் நான்கு செட்டுகளையும் இணைக்க பயன்படுத்தலாம்.

நாலு செட்டுகளை இணைக்கிறோம். ஐந்தாவது செட்டு, இணைப் பதற்குத் தேவைப்படும் மூன்று வளையங்களைக் கொடுக்கிறது. அதனால் அது கடைசியில் இல்லாமலேயே போய்விடுகிறது. அதை இணைப்பதற்கு என்று தனியாக ஒரு வளையம் தேவைப்படாமல் போய்விடுகிறது. அவ்வளவுதான்.

வித்தியாசமான சிந்தனை இல்லையா? ஐந்து செட்டுகளை இணைப்பது என்பதை நான்கு செட்டுகளை இணைப்பது என்று மாற்றி யோசித்ததால் வந்த பலன். இப்படி ஒரு லட்சம் செட்டுகளை மாற்றி அமைக்கவேண்டிய ஒரு நிலை ஒரு நிறுவனத்துக்கு இருந்தால், அந்த வேலையை அந்நிறுவன ஊழியர்கள் இரண்டாவது முறைப்படி செய்தால் எவ்வளவு வேலையும் நேரமும் மிச்சம் ஆகும்!

எவ்வளவுக்கு எவ்வளவு?

ஒரு சிமென்ட் தொழிற்சாலை சென்ற ஆண்டு 500 டன் சிமென்ட் தயாரித்தது. இந்த ஆண்டு, அதே தொழிற்சாலையில் 600 டன் சிமென்ட் தயாரித்தார்கள். இந்த நிறுவனத்தின் உற்பத்தி அதிகரித்திருக்கிறது. கடந்த ஆண்டைவிட 100 டன் அதிகம். சதவிகிதத்தில் 20% கூடுதல். இந்த நிறுவனம் கடந்த ஆண்டு ஓரளவு லாபம் பார்த்தது. இந்த ஆண்டு அதன் லாபம் எப்படியிருக்கும் என்று கேட்டால் என்ன பதில் சொல்லலாம்?

சிலர் நினைக்கலாம், லாபம் அதிகரித்திருக்கும்தானே! இதிலென்ன சந்தேகம் என்று. உற்பத்தி 20 சதவீதம் கூடியுள்ளதே லாபமும் கூடியிருக்கும் என்று அவர்கள் கணக்கிடலாம். ஆனால் அந்த நிறுவனத்தின் செயல்பாடு பற்றி ஒரு முடிவுக்கு வருவதற்கு

முன்னால், அதன் உற்பத்தித் திறனைப் பார்த்தாகவேண்டும் என்பார்கள் வேறு சிலர்.

500 டன் சிமென்ட் தயாரிக்க ஒரு குறிப்பிட்ட அளவு இடுபொருட்கள் (ஜிப்சம் போன்றவை) செலவாயின. 600 டன் சிமென்ட் தயாரிக்க, எவ்வளவு இடுபொருட்கள் செலவாயின என்ற அவர்கள் கணக்கு கேட்டார்கள். 20 சதவீதம் கூடுதல் உற்பத்திக்கு, அதே விகிதத்தில் கூடுதல் இடுபொருள் செலவாகியிருந்தால், அது பிரச்னைதானே. லாபம் அதிகரிக்காதே! மாறாகக் குறையவல்லவா செய்யும்!

இதைத்தான் எவ்வளவு விளைச்சலுக்கு எவ்வளவு இடுபொருள் (Input VS output) என்று கணக்கிட்டுப் பார்க்கிறார்கள்.

குறைந்த இடுபொருள் - குறைவான உற்பத்தி	பரவாயில்லை
அதிக இடுபொருள் - அதிக உற்பத்தி	பரவாயில்லை
அதே அளவு இடுபொருள் - அதிக உற்பத்தி	நன்று
அதே அளவு இடுபொருள் - குறைவான உற்பத்தி	சரியில்லை
அதிக அளவு இடுபொருள் - குறைவான உற்பத்தி	சரியில்லை

முன்பு பார்த்த வளையங்களைக் கோக்கும் வேலையில்இரண்டாவதாகச் செய்த வழியும் உற்பத்தித் திறன் அதிகரிக்கும் வழிதான்.

நேர மேலாண்மைக்கும் சங்கிலிகள் இணைப்பது அல்லது சிமென்ட் உற்பத்தி போன்றவற்றுக்கும் என்ன தொடர்பு? அவையெல்லாம் உதாரணங்கள்தான். ஒரு நாளில் நாம் செய்யும் பலன் தரும் வேலைகளே உற்பத்தி. அவற்றுக்காக நாம் செலவிடும் நேரமே இடுபொருள்.

எவ்வளவு நேரம் செலவழித்து, எப்படிப்பட்ட வேலைகளை முடிக்கிறோம் என்பதில் இருக்கிறது நமது உற்பத்தித் திறன். சில பிள்ளைகள் இரண்டு மணி நேரம் படிப்பார்கள். மனதில் பதிப்பார்கள், பாடத்தை முடிப்பார்கள். வேறு சில பிள்ளைகள் பல மணி நேரம் புத்தகத்துடன் இருப்பார்கள். ஆனாலும் தேர்வில் விழிப்பார்கள்.

கிரைண்டர் ஓடிக்கொண்டேயிருக்கத் தேவையில்லை. ஒரு நேரத்தில் நிறுத்தி இட்லி மாவை எடுத்துவிடவேண்டும். அதற்கும் மேல் ஓடுவது வீண். அதனால் கூடுதல் பலன் இல்லை. மின்சாரத்துக்கும் அரவை இயந்திரத்துக்கும்தான் கேடு.

நேரம் போகக்கூடாது

நேரம் என்பது பணம். நேரம் என்பது வாய்ப்பு. நேரமே வளர்ச்சிக்கான வரம். சரியாகப் பயன்படுத்த வேண்டிய அளவான வளம்தான் நேரம். அது வீணாக, தரையில் வழியும் தண்ணீராகப் போகக்கூடாது. அப்படிப் போக்குதல் அநியாயம். நம் விருப்பத்துக்கு உரியனவற்றில், நமக்கு அதிகபட்ச பயன் தருபவற்றுள் நம்மால் தேர்ந்து அளந்துவிடப்பட வேண்டிய ஒன்றுதான் நேரம்.

நீட்டித்தலுக்கும் அளவுண்டு

சிலர் காலை ஐந்து மணிக்கு எழுவார்கள். வேறு சிலர் நாலு மணிக்கே எழுந்துவிடுவார்கள். பெருமையாகச் சொல்லவும் செய்வார்கள். தவறில்லை; முடிகிறது, செய்கிறார்கள். சிலர் இரவு படுக்கப் பதினொன்று, பன்னிரெண்டு மணியாகிவிடும். சிலர் இரவு இரண்டு மூன்றுவரைகூட விழித்திருந்து வேலை செய்வார்கள். அவ்வளவு வேலை. வெற்றி பெறும் ஆசை. முன்பே பார்த்தோம். நாள் ஒன்றுக்கு பதினெட்டு மணி நேரம் உழைக்கிறவர்கள் உண்டு.

அதற்கும் மேல் என்ன செய்யலாம்? என்ன முயன்றாலும் முடியுமா? எவ்வளவுதான் இழுக்கமுடியும்? அறுந்துபோய்விடக்கூடாது!

சிலர் நாளின் வேலை நேரத்தை நீட்டிக்கும் முயற்சி இதற்கு இணையானதுதான். எவ்வளவுதான் ஒருவரால் செய்யமுடியும்?

இப்படியே எத்தனை ஆண்டுகள் ஓடியாட முடியும்? உறங்காமல் உழைக்க முடியும். உடம்பு கெட்டுவிடும். உறவுகள் சீர்கெடும். குடும்பத்தைக் கவனிக்க இயலாதுபோய், அது வேறு பல சிக்கல்களில் கொண்டுவிடலாம். பலருக்கும் இது நேர்ந்திருக்கிறது. பின்னால் வருத்தப்பட்டு எதுவும் செய்யமுடியாது.

வாழ்க்கையில் எந்தவித அனுபவித்தலும் இல்லாமல் ஓய்வின்றி உழைத்து ஒருகட்டத்தில், வாழ்க்கையே அலுத்துவிடும். வாழ்தலே ஒரு கடன் போலத் தெரிய ஆரம்பித்துவிடும்.

ஓடுவதை நிறுத்தவேண்டும். வண்டி வாங்கவேண்டும் அல்லது வாடகை வண்டியேறிப் போகவேண்டும். போய்ச் சேரவேண்டும் என்பதுதான் முக்கியமே தவிர, 'நாமே நம் காலால் ஓடி ஓடி...' என்பதல்ல தேவை. இதனைப் புரிந்து கொள்ளவேண்டும்.

தேர்ந்து செய்வது

சிலர் நினைக்கலாம், ஏன் வருத்தப்படக்கூடச் செய்யலாம். 'நான் மிகவும் சுறுசுறுப்பாக இருக்கிறேன். நிறைய வேலைகள் செய்கிறேன். ஆனாலும் எனக்கு இன்னும் முன்னேற்றம் வந்தபாடில்லையே' என்று. உண்மைதான். பெரும்பாலானவர் களிடம் முன்னேறவேண்டும் என்கிற எண்ணம் உண்டு. அதற்கான முயற்சிகளும் உண்டு. நிறையவே செய்வார்கள்.

ஆனாலும் அவர்களுக்கு முன்னேற்றம் வரவில்லை. ஏன் வரவில்லை? அவர்கள் நிறையச் செய்கிறார்கள். அதனால்தான் முன்னேற்றம் வரவில்லை. அதுதான் அவர்களிடம் இருக்கும் பிரச்னை.

நிறையச் சாப்பிடுபவர்கள் எல்லோருமா ஆரோக்கியமாக இருக்கிறார்கள்? நிறையப் படிப்பவர்கள் எல்லோருமா அறிவாளி களாக இருக்கிறார்கள்? நிறைய உழைப்பவர்கள் எல்லோருமா நன்றாகச் சம்பாதிக்கிறார்கள்? இல்லை என்பதுதான் ஆச்சரியமான உண்மை.

எவ்வளவு என்பதா முக்கியம்? எதைச் சாப்பிடுகிறோம், எதைப் படிக்கிறோம், எப்படி உழைக்கிறோம் என்பதுதானே முக்கியம். அரைகிலோ இரும்பும் அரைகிலோ தங்கமும் ஒன்றாகிவிடுமா?

நிறையச் செய்வதுதான் வெற்றி என்று நினைக்கவேண்டாம். பலரும் அப்படித்தான் நினைத்துக் கொண்டிருக்கிறார்கள். அப்படியில்லை. குவாண்டிட்டி (Quantity) மட்டுமில்லை. குவாலிட்டியும் (Quality) முக்கியம். நிறையச் செய்வதால், பலருக்கும் அவர்களின் செயல் பாடுகளின் தன்மை நீர்த்துப்போய்விடுகிறது. ஆயிரக்கணக்கான சிறுகதைகள் எழுதியவர்களைவிட வெறும் 28 சிறுகதைகளே எழுதிய மௌனி இன்றும் மரியாதையோடு அதிசயமாகப் பார்க்கப்படுகிறார். முதல் நாவலிலேயே அழியாப் புகழ்பெற்றவர் அருந்ததிராய். வைரங்கள் அளவில் சிறியவை. திருவள்ளுவர் எழுதியது எத்தனை நூல்கள்? ஒரே ஒரு நூல். அது தாண்டி நிற்பது ஆயிரக்கணக்கான ஆண்டுகளை; நூற்றுக்கணக்கான தேசங்களை!

ஆக, நிறையச் செய்துதான் வெற்றி பெறவேண்டும் என்பதில்லை. சிலருடைய வாழ்க்கை மிகவும் பரபரப்பாக இருக்கும். அவர்கள் எப்போதும் சுறுசுறுப்பாக இருப்பார்கள். உழைத்துக்கொண்டே இருப்பார்கள். எதைச் சொன்னாலும் குறித்துக்கொள்வார்கள். எந்த முன்னேறுகிற வழியையும் விடமாட்டார்கள். அதில் கொஞ்சமேனும் பின்பற்றுவார்கள்.

ஆனால், அவர்களில் சிலர் பெரிய வெற்றிகள் பெறாமலும் இருப்பார்கள். என்ன காரணம்? அப்படிப்பட்டவர்களின் வாழ்க்கையில் நடப்பது என்ன? நிறைய செயல்பாடுகள். ஆனால் மிகக் குறைந்த சாதனைகள். இது ஏன்?

சுவிங்கம் மெல்லுவது போலத்தான். குழந்தைகள் வாயில் போட்டு மெல்லுவார்களே அதே பபுள்கம்தான். இனிப்பாகவே இருக்கும். நிறைய வேலை வாங்கும். பார்ப்பதற்கும் நிறைய வேலை நடப்பது போலவும் இருக்கும். ஆனால் அதை மெல்லுவதால் பசி தீராது. உடலுக்கு எந்தப் பலனும் இல்லை. மேலும் பல்லின் எனாமல் தேய்ந்துபோகும். உடம்புக்கு ஒரு சத்தும் இல்லை.

சிலருடைய செயல்பாடுகளும் இப்படித்தான். எதையாவது செய்வார்கள். செய்துகொண்டேயிருப்பார்கள். பரபரப்பாக இருப்பார்கள். எதைச் செய்வது என்று சிந்தித்துத் தேர்ந்து செய்யமாட்டார்கள்.

கிரிக்கெட் விளையாட்டில் பார்த்திருக்கலாம், பேட்ஸ்மென், அவர் எதிர்கொள்கிற பந்துகளை எல்லாம் ஓங்கி ஓங்கி அடிப்பார். நல்ல வலுவான அடிகள். ஆனால், பந்து நேராக ஃபீல்டர் கைக்குப் போகும். அதனால் ஓங்கி அடித்த வீரரால் ஓட்டம் எடுக்கமுடியாது. ஆக அவ்வளவு சக்தி செலவழித்து அடித்த அடிகளின் பலன் பூஜ்யம். வெத்து அடிகள்! இப்படியே அடித்துக் கொண்டிருப்பார்.

வேறு சிலர் ஆடுவதையும் பார்த்திருக்கிறோம். பெரிய அடி இல்லை. வேகமாக வருகிற பந்தை ஆள் இல்லாத இடமாகப் பார்த்து அப்படியே மட்டையால் திருப்பிவிடுவார்கள். அதன் பெயர் கிளான்ஸ்; அல்லது ஸ்டியர். பலன்? பவுண்டரி. பயன் தரும் அடி. இதற்காக, இப்படிப்பட்ட பந்துக்காகக் காத்திருப்பார். வருகிற பந்துகளுக்கெல்லாம் அலட்டிக் கொள்ளமாட்டார்.

மொத்தத்தில் அதிக அலைச்சல் இல்லாமல் நல்ல பலன்கள். மூன்றே வளையங்களைப் பிரித்து, 15 கண்ணி சங்கிலி செய்தது போல.

தினசரி செய்யும் வேலைகளிலும் அப்படிச் செய்யலாம். செய்கிறார்கள். அதிகப் பலன் தரும் வேலைகளாகப் பார்த்துச் செய்வது. அதன் மூலம் தன்னிடம் இருக்கும் அரிய வளங்களை மிக நல்ல முறையில் பயன்படுத்துவது.

முன்னேற்றம் காண்பதற்கு நிறைய செயல்பாடுகள் என்பதைவிடத் தேவையான செயல்பாடுகள்தான் அவசியம். செய்தி இதுதான். நம்முடைய எல்லா வேலைகளும் எல்லாத் தேவைகளும் ஒரே அளவு முக்கியமானவை அல்ல.

பலராலும் வாழ்க்கையில் பெரிய வெற்றிகள் பெற முடியாமல் போவதற்குக் காரணம், அவர்கள் எல்லாவற்றுக்கும் ஒரே அளவு முக்கியத்துவம் கொடுப்பதுதான். இந்த அணுகுமுறை வெற்றி அணுகுமுறை இல்லை.

'ஒரு கிரிக்கெட் பந்தயம் விடாமல் தொலைக்காட்சியில் காட்டப் படுவன எல்லாவற்றையும் பார்ப்பேன். எனக்குத் தூக்கம் முக்கியம். நாள் ஒன்றுக்குக் குறைந்தபட்சம் ஒன்பது மணிநேரமாவது தூங்கவேண்டும். அதே சமயம் நான் மற்றவர்களைப் போலவே பலருடனும் சேர்ந்து நேரம் செலவழிக்கவேண்டும். அதை இழக்க நான் விரும்பவில்லை. என்னால் ரேங்க் வாங்கமுடியாதா என்ன? நான் என்ன முட்டாளா? படிப்பில் நான் நல்ல மதிப்பெண்கள் வாங்கவேண்டும்' இதுதான் எல்லாம் செய்யவேண்டும் என்கிற அணுகுமுறை.

ஜே.ஜே.இராணி டாடா ஸ்டீல் நிறுவனத்தின் முன்னாள் தலைவர். பெரிய நிர்வாகி. அவர் ஒருமுறை சொன்னார்: தொலைநோக்கு இல்லாத செயல்களால் பலனில்லை. செயல்படுதல் அவசியம். அதை ஒரு நோக்கத்தோடு செய்யவேண்டும். இரண்டும் சேருகிற போது செய்பவர் மிக உயரத்துக்குப் போகிறார்.'

அவர் சொல்வதில் நாம் இங்கே கவனிக்கவேண்டியது தொலை நோக்கு இல்லாத செயல்பாடுகளால் பலனில்லை என்பதுதான்.

நாம் இப்போது பல செயல்களைச் செய்துகொண்டிருக்கிறோம். நமது பல ஆசைகளை நிறைவேற்றிக்கொள்வதற்காக அவற்றைச் செய்துகொண்டிருக்கிறோம். அதனால்தான் நிறையச் செய்கிறோம். நம்முடைய எல்லாச் செயல்களும் முக்கியமானவை அல்ல. அதனால் அவற்றில் சிலவற்றைத் தவிர்க்கவேண்டும்.

முன்னேற்றம் அடைவதற்கு வேண்டியதைச் செய்வது போலவே, வேண்டாதனவற்றைச் செய்யாமலும் இருக்கவேண்டும். ஒரு சிற்பி சிலை செய்வதைப்பற்றிப் பார்த்தோம். நாமும் நம்முடைய செயல் பாடுகளில் வேண்டாதனவற்றைத் தவிர்த்துவிட்டால், செய்பவை சாதிக்கும். நாம் சாதனையாளர் ஆகிவிடுவோம்.

நம்முடைய முன்னேற்றத்துக்கு எவை தேவையோ அவற்றை மட்டும் செய்வது. மற்றவற்றைச் செய்வது இல்லை. எது Most Effective வோ அதை மட்டும் செய்வது. தேர்வுக்குப் படிக்கும் மாணவன் எப்படி நிச்சயம் வரும் என்ற கேள்விகளுக்கும், அதிக மதிப்பெண் பெற்றுத் தரக்கூடிய கேள்விகளுக்கும் அதிக முக்கியத்துவம் கொடுப்பானோ அப்படி. ஒரு வியாபாரி எப்படி அதிகம் வாங்கும் வாடிக்கையாளருக்கு அதிக முக்கியத்துவம் கொடுப்பாரோ, அப்படி.

கராத்தே பழகியவர்கள் ஏகப்பட்ட அடிகள் கொடுப்பது இல்லை. ஒரு சில அடிகள்தான். எதிரி சுருண்டுவிடுவான். காரணம், சரியான இடத்தில் சரியான வேகத்தில் பலமாகக் கொடுக்கப்பட்ட அடிகள். அதனால் கிடைக்கும் மிக நிச்சயமான நல்ல பலன். நானும் குத்தினேன் என்று வலிக்காத விதமாகப் பத்து குத்துகள் தான் குத்தி என்ன பயன்?

நம்மிடம் இருக்கும் சக்தியை முழுமையாக, தேவையான இடத்தில் பயன்படுத்தவேண்டும். கண்ட இடத்திலும் கண்டவற்றிலும் செலவழிக்கக்கூடாது.

நமக்கு எவை முக்கியமோ அவற்றில்தான் செலவழிக்கவேண்டும். ‘எல்லோரையும் பார்க்கவேண்டும். எல்லாவற்றையும் செய்ய வேண்டும். எல்லா இடங்களிலும் தான் இருக்கவேண்டும், எதையும் தவறவிட்டுவிடக்கூடாது. எல்லோரையும் திருப்திப்படுத்த வேண்டும்’ என்பதெல்லாம் சக்தியைச் சிதற அடித்துவிடும். கவனம் கலைந்துவிடும். பரவலாகிப் போனால் பலன் குறைவு. ஆழ உழ வேண்டும். இதைத் தான் Don't Spread yourself thin என்பார்கள்.

நமக்கு மிகப்பெரிய பலனைக் கொடுக்கும் செயல்களுக்கு முக்கியத்துவம் தரவேண்டும். அப்படிப்பட்ட செயல்களைச் செய்யாமல் விடுவதேயில்லை என்கிற பழக்கம் வைத்துக்கொள்ளவேண்டும். அவ்வளவுதான், முடிந்தது விஷயம்.

வித்தியாசமான சிந்தனை

எந்தச் சிலவற்றைச் செய்தால் போதும், எந்தச் சிலவற்றைத் தவிர்த்து விடலாம் - இந்த சூட்சுமத்தைத் தெரிந்துகொண்டு விட்டால் போதும். மீதமிருப்பது இருபது பந்துகள். தேவைப்படும் ஓட்டங்கள் ஐம்பது என்றால், ஒன்று இரண்டாக ஓடி ஓடியா எடுக்கமுடியும்? ஆகிற வேலையா இது? பவுண்டரிகள்தானே வழி? எப்படி ஃபோர் அடிப்பது, எப்படி சிக்ஸர் அடிப்பது? அதற்கான வழிகளைத்தான் யோசிக்கவேண்டும்.

நீயா? நானா?

தேவைகள் அதிகம். கிடைக்கிற நேரம் குறைவு என்கிற சூழ்நிலையில், வீணடிக்க நேரம் கிடையவே கிடையாது. அடிக்கக் கூடிய பந்தை அடிக்காமல்விட்டு 'டாட் பால்' ஆக்கினால், தொலைக்காட்சியில் பார்க்கும் நான்கு வயது பிள்ளைகூட மன்னிக்காது; சலித்துக்கொள்ளும். ஏன் திட்டக்கூடச் செய்யும்!

நேரம் என்பது தங்கத்தைவிட மதிப்பு மிக்கது. அதை வீணாக்கவே கூடாது. செய்யக்கூடிய சிலவற்றையே அவை தரும் பலன் சற்று குறைவு என்று விடுகிற நிலையில், வீணடிப்பதைப் பற்றி நினைத்துக் கூடப் பார்க்கக்கூட முடியாது. 2009ஆம் ஆண்டு, விஜய் தொலைக் காட்சியில் வெற்றி பெறுபவர்கள் சுறுசுறுப்பானவர்களா சோம்பேறிகளா? என்ற தலைப்பில் 'நீயா? நானா?' நிகழ்ச்சி நடத்தினார்கள். சிறப்பு விருந்தினர் இருவரில் ஒருவராக என்னையும் அழைத்திருந்தார்கள்.

'சுறுசுறுப்பா சோம்பேறித்தனமா? என்ற கேள்வி எதற்கு! இந்த விவாதம் தேவையா? சுறுசுறுப்புதான் என்ற குழந்தையைக் கேட்டால்கூடச் சொல்லுமே' என்றுதான் நானும் நினைத்தேன். அங்கே போனதும்தான் தெரிய வந்தது. மற்றொரு சிறப்பு அழைப்பாளர், அப்போதைய சென்னை மேயர் மா.சுப்பிரமணியம் என்று. சுறுசுறுப்பானவர்கள் பக்கம் அவரை அமர வைக்க, எனக்குப் புரிந்துவிட்டது. நான் எதிர்ப்பக்கம் அமர வேண்டும். பேச்சைக் கவனித்தேன். பேசுபவர்களையும் கவனித்தேன்.

என் பேச்சின்போது சொன்னேன். 'கடிகாரத்தையே பார்த்துக் கொண்டு, எதையும் மணிப்படிச் செய்வதாலேயே வெற்றி உறுதியல்ல. அதே சமயம், பரபரப்பின்றி நிதானமாக இருப்பவர்கள் எல்லாம் வெற்றி பெறாமல் போவதில்லை'.

ஓடுமீன் ஓட உறுமீன் வரும்வரை காத்திருக்குமாம் கொக்கு. போகிற சின்னச் சின்ன மீன்களையெல்லாம் கொக்கு கொத்திவிடாது. ஒற்றைக்காலில் நிற்கும். உன்னிப்பாக ஓடுகிற ஆற்றினையே பார்த்துக் கொண்டிருக்கும். பெரிய மீன் வருகிற வரை காத்திருந்து, சடாரென்று பிடித்துவிடும். சில காரியவாதிகள் அப்படித்தான்.

20 - 20 கிரிக்கெட்டில்கூட ஒரு சில பந்துகளை, தெரிந்து தவிர்க்கும் சிறந்த பேட்ஸ்மென் உண்டு. வெற்றி பெற எல்லாவற்றையும் செய்ய வேண்டுமென்பதில்லை என்பதுதான் செய்தி. சிலவற்றைச் செய்ய வேண்டும்; பலவற்றை விட்டுவிடலாம்.

எதை விடுவது? எதைச் செய்வது? அதுதானே தெரியவில்லை என்று கேட்கலாம். பலருக்கும் இருக்கும் குழப்பமே இதுதான். அதைத் தேர்வு செய்வதற்கு ஒரு வழி இருக்கிறது.

உயர் மதிப்பு வேலைகள்

தேர்வுகளில் ஒரு மதிப்பெண் பெற்றுத் தரும் கேள்விகள், இரண்டு மதிப்பெண், ஐந்து மதிப்பெண், பத்து, இருபது மதிப்பெண்கள் பெற்றுத் தரும் கேள்விகள் உண்டு. எவற்றுக்குப் பதிலளித்தால் எவ்வளவு மதிப்பெண் தரலாம் என்பது ஏற்கெனவே முடிவு செய்யப்பட்டது.

எவ்வளவு அழகாக, எத்தனை பக்கங்கள் எழுதினாலும், ஒரு மார்க் கேள்விக்கு, அதற்கு மேல் மதிப்பெண் கொடுக்கவே மாட்டார்கள். முடியாது. சில பிள்ளைகள் அது தெரியாமல் அது தெரிந்த கேள்வி என்கிற ஒரே காரணத்தால் ஒரு மதிப்பெண் கேள்விக்கு மாய்ந்து மாய்ந்து எழுதுவார்கள். கடைசியாக, 20 மதிப்பெண் கேள்விகள் சிலவற்றுக்குப் பதில் எழுத நேரமின்றி, தாளை முடி போட்டுப் பரிதாபமாகக் கொடுப்பார்கள்.

இது யார் குற்றம்? எழுதுபவர் குற்றம்தான். நமக்கு நன்றாகச் செய்ய வரும் என்பதால் ஏதோ ஒன்றை அதிகம் செய்தால் அதற்குப் பலனில்லை.

'செயத்தக்க, செய்யவேண்டும்' என்பதும் இரண்டாயிரம் ஆண்டுகளுக்கு முன்பே வள்ளுவர் சொன்னதுதான். அதோடு செய்யத் தக்கவற்றைச் செய்யவேண்டிய அளவு மட்டும் செய்ய வேண்டும் என்று தற்போது நேரப்பற்றாக்குறையுள்ள காலத்தில் புரிந்துகொள்ள வேண்டும்.

நிறுவனங்களில் பணிபுரிகிறோம். நிறுவனம் என்ன எதிர்பார்க்கிறது? மேலதிகாரி எவற்றைச் செய்யச் சொல்கிறார்? அவற்றுக்கான மதிப்பு என்ன? மற்றவர்கள் செய்யக் கேட்பதும் நம் மேலதிகாரி கேட்பதும் ஒரே மதிப்பா என்ன! கூடுதல்தானே. தேர்வு எழுதுகிறோம். நமக்கு என்ன மதிப்பெண்? அதை நாம் முடிவு செய்யமுடியுமா? தாள் திருத்துபவர்தானே மதிப்பெண் கொடுக்கமுடியும்.

வாடிக்கையாளர் விரும்புவது என்ன? சந்தையில் நன்கு விற்பனை ஆகக்கூடியது எது? எதைச் செய்தால் வியாபாரம் பெருகும்? எவையெல்லாம் உயர் மதிப்பு வேலைகள்? வியாபாரத்தில் இருப்பவர் இவற்றையெல்லாம் கவனிக்கவேண்டும்.

வாழ்வின் நோக்கம் என்ன?

நம்முடைய குறிக்கோள்களை, ஆசைகளை அடைய உதவும் அத்தனை செயல்களும் உயர் மதிப்பு உள்ளவைதான். அவற்றுக்குத் தொடர்பில்லாதவை, அல்லது மிகக் குறைவான சுற்றி வளைத்தே தொடர்புபடுத்தக்கூடிய செயல்பாடுகள் அனைத்தும் குறைந்த மதிப்பு வேலைகளே.

மாணவர்கள் நல்ல மதிப்பெண் பெற்று, நல்ல கல்லூரியில் சேருவது ஒரு காலகட்டத்தில் தலையாய நோக்கம். அதற்கு வழிசெய்யும் வேலைகள் எல்லாம் அவர்களுக்கு உயர் மதிப்பு வேலைகள். அவற்றை விடாது செய்யவேண்டும்.

நிறுவனத்தின் அல்லது சேர்ந்திருக்கும் அமைப்பின் தலைமையிடத்துக்கு வந்து பணியாற்றுதலே, நாம் நினைக்கும் வாழ்வின் அர்த்தம் என்று நினைத்தால், அதை நிறைவேற்றிக்கொள்ள உதவும் செயல்கள் அனைத்துமே நமக்கு முக்கியமானவைதான்.

அமைதியான வாழ்க்கை, குடும்ப நல் உறவு ஆகியவையே பிரதான நோக்கமெனில், அதற்கு உதவிடும் செயல்கள் எல்லாம் மதிப்பு மிக்கவை. எந்தச் செயல்கள் நம்மை உயர்வுக்கு இட்டுச்செல்லுமோ அவற்றைத் தவறாமல் செய்யவேண்டும்; அதற்கு நேரம் கொடுக்க வேண்டும்.

கோத்தே என்கிற அறிஞர் சொல்வார்: ‘வாழ்வின் முக்கியமானவை, சாதாரணங்களின் தாட்சண்யத்தில் இருக்கக்கூடாது’.

அற்ப சந்தோஷம், சொற்ப நேர சுகம் தரும் செயல்கள், நம் வாழ்வின் பிரதான நோக்கங்களை அடையவிடாமல் செய்துவிடக்

கூடாதல்லவா? ஓட்டப் பந்தயங்களில் நிற்பவர்கள், 'ஓடலாம்' என்ற அறிவிப்புக்காக, அந்தக் கொடியசைப்புக்காகக் காத்திருப்பார் கள். கண்கள், காதுகள் மட்டுமல்ல, அவர்களுடைய உடலின் ஒவ்வொரு திசுவும் அதற்காக எதிர்பார்த்துக் காத்திருக்கும்.

கொடியசைத்ததும் சற்றும் தாமதிக்காமல் ஓடுவார்கள். அவர்கள் செய்வதுபோல வாழ்க்கையிலும் சிலர் செயல்படுகிறார்கள். படபடவென வருகிற, கிடைக்கிற வேலைகளை உடனடியாகச் செய்யத்தொடங்கிவிடுகிறார்கள்.

மனிதவள மேம்பாட்டுப் பயிற்சிகளில் இப்படிப்பட்டவர்களைக் கண்டுபிடித்து, அவர்களின் இந்தக் குணத்தை அவர்களுக்கு உணர்த்த, ஒரு சோதனை செய்வதுண்டு. பயிற்சியின் தொடக்கத்தில், அவர்கள் அனைவரிடமும் ஒரு கேள்வித்தாளைக் கொடுப்போம். அதில் குறிப்பிடப்பட்டுள்ளவற்றை அவர்கள் செய்யவேண்டும் என்று சொல்லுவோம்.

(நீங்களும் முயன்று பார்க்கலாம். முயல்வது என்றால், கேள்வித் தாளுடன் புத்தகம் படிப்பதை நிறுத்தவேண்டும். கேள்விகளுக்கு பதில் அளித்த பிறகு, புத்தகத்தைத் தொடர்ந்து படிக்கலாம்)

முதலில் கீழ்க்கண்ட அறிவிப்புகளைச் செய்வோம்.

- எவர் முதலில் செய்துமுடிக்கிறாரோ அவருக்குப் பரிசு ரூ.250.
- பதிலளிக்க இரண்டு நிமிடங்களுக்கு மேல் எடுத்துக் கொள்ளக்கூடாது.
- அறிவிக்கும்வரை எவரும் கேள்வித்தாளைப் பார்க்கக்கூடாது.

பின்பு கேள்வித்தாளை விநியோகிப்போம்.

உங்களால் பரிசு வாங்க முடியுமா?

எடுத்துக்கொள்ளவேண்டிய நேரம்: 2 நிமிடங்கள். எல்லாக் கேள்விகளையும் படித்துவிட்டுப் பின் பதிலெழுதத் தொடங்கவும்; வேகமாகச் செய்யவும். மற்ற எவரையும் தொந்தரவு செய்யவேண்டாம். பதில்களைக் கேள்விகளுக்கு அருகிலேயே எழுதலாம்.

1. உங்கள் முழுப் பெயரை எழுதவும்.
2. இன்றைக்கு என்ன கிழமை?
3. உங்கள் சொந்த ஊரின் பெயரை, கடைசி எழுத்தில் இருந்து முதல் எழுத்துவரை எழுதவும். உதாரணம் CAR என்பதை RAC என்று எழுதுவது போல:

4. நீங்கள் பிறந்த வருடம், மாதம், தேதி இந்த வரிசையில் எழுதவும்.
5. நிகழ்ச்சி நடக்குமிடத்தின் பெயர் என்ன?
6. நூறு ரூபாயில் எத்தனை ஐந்து ரூபாய்கள் இருக்கின்றன?
7. இந்தியாவின் பிரதமர் பெயர் என்ன?
8. 20 ஐ 2 ஆல் வகுத்தால் என்ன வரும்?
9. உங்கள் வீட்டுக் கதவு எண்ணின் கூட்டுத்தொகை என்ன?
10. இதுவரை கேட்கப்பட்ட கேள்விகள் அனைத்துக்கும் பதில் அளித்து இருந்தால், கையை மேலே தூக்கி 'நான் வேகமானவன்' என்று சத்தமாகச் சொல்லவும்.
11. இப்போது சரியாக நேரம் என்ன?
12. நீங்கள் 1 முதல் 5 வரையிலான கேள்விகளுக்கு மட்டும் பதில் எழுதினால் போதும்.
13. உங்கள் இருக்கையில் இருந்து எழுந்துபோய், போர்டில் 'திருப்ளாய்த்துறை' என்று தவறின்றி எழுதிவிட்டு வரவும்.
14. நாளை மதியம் 3 மணி ஆவதற்கு இன்னும் எவ்வளவு நேரம் உள்ளது?
15. இருக்கையில் இருந்து எழுந்து நின்று, 'நான் பெரிய ஆள்' என்று சத்தமாகச் சொல்லவும்.
16. இப்போது உங்கள் பேப்பரை மூடி வைத்துவிட்டுச் சுற்றி என்ன நடக்கிறது என்று வேடிக்கை பார்க்கலாம்.

மொத்தம் 16 கேள்விகள். எல்லாம் சுலபமாக, பதில் சொல்லக்கூடிய கேள்விகள்தான். எவர் முதலில் செய்து முடிக்கிறாரோ அவருக்குப் பரிசு என்று நன்றாக அழுத்தம் திருத்தமாக அறிவித்திருப்பதால், கேள்வித்தாளை வாங்கியதுமே மக்கள் பரபரப்பாகிவிடுவார்கள். தேர்வு நேரம் தொடங்குகிறது. இனி நீங்கள் கேள்வித்தாளைப் பார்க்கலாம் என்று சொன்னதும், ஓட்டப் பந்தய வீரன் பாய்ந்ததைப் போலப் பாய்ந்து எழுதத் தொடங்குவார்கள்.

வெற்றிபெற வேண்டும், பரிசு வாங்க வேண்டும் என்கிற வேகத்தில், எல்லோரும் அடுத்த அடுத்த கேள்விகள் என்று வேகவேகமாகச் செய்வார்கள். 'நான் வேகமானவன்' என்பார்கள். எழுந்து நின்று சத்தமாக, 'நான் பெரிய ஆள்' என்பார்கள்.

பதினைந்தாவது கேள்வியில் 1 முதல் 5 வரையிலான கேள்விகளுக்கு மட்டும் பதில் சொன்னால் போதும் (மற்ற கேள்விகளுக்கு பதில் சொல்லத் தேவையில்லை) என்று தெரிவித்திருப்பதைக் கவனித்ததும் சிலர் முகங்களில் அசடு வழியும். சுற்று முற்றும் பார்ப்பார்கள். அவர்களாவது பரவாயில்லை. 12ஆம் கேள்வியைப் படித்த பிறகும் தொடர்ந்து, 13, 14க்குப் பதில் எழுதுபவர்கள் எல்லாப் பயிற்சி வகுப்புகளிலும் ஒரு சிலராவது இருப்பார்கள்! அவர்களைப் பற்றி என்ன சொல்வது!

'எல்லாக் கேள்விகளையும் படித்துவிட்டுப் பின் பதிலெழுதத் தொடங்கவும்' என்று கேள்வித்தாளின் ஆரம்பத்தில் சொல்லப் பட்டிருப்பதை அலட்சியம் செய்ததால் நேரிட்ட இழப்பு. வெற்றி பெற அவ்வளவு அவசரம். எங்கே வலை விரிக்கப்பட்டது, பார்த்தீர்களா? சீக்கிரம் முடிப்பவருக்குப் பரிசு என்ற அறிவிப்புதானே அந்த வலை!

வேகம் மட்டுமல்ல

வாழ்க்கையில் வெற்றி பெறுவதற்கும், அனாவசிய அவசரம் உதவாது. பரபரப்பு, ஓட்டம், வேகம் மட்டுமே வெற்றியைத் தந்துவிடாது.

'அதன்படி, வேகமாக ஓடினால்தானே பந்தயங்களில் பரிசு, அவர்கள் அப்படி ஓடுவதில் என்ன தவறு?' என்று கேட்டால், கேள்வி சரிதான். அவர்கள் அப்படி வேகமாகக் கொஞ்சம் தாமதியாமல் ஓடினால் தான் வெற்றி. சந்தேகமேயில்லை. ஆனால் அங்கே கவனிக்க வேண்டிய மற்றொன்றும் உள்ளது.

வேகமாக ஓடி வெற்றி பெற்றவர்கள், அந்த ஓட்டத்துக்கு முன் என்னவெல்லாம் செய்தார்கள் என்பதைக் கவனத்தில் கொள்ள வேண்டும். எவ்வளவு திட்டம், எவ்வளவு பயிற்சிக்குப் பிறகு அங்கே வந்து நின்றிருப்பார்கள். அவ்வளவும் செய்துவிட்டு வந்தவர்களுக்கு, 'டுப்' என்கிற துப்பாக்கிச் சத்தம் அல்லது, 'விர்' என்ற விசில் சத்தம் கேட்டதும் ஓட வேண்டியது மட்டுமே வேலை. அவ்வளவு தயாரிப்புடன் வந்தவர்கள் வேகம் காட்டலாம். மற்றவர்கள் இல்லை. அப்படிப்பட்ட ஆயத்தம் இல்லாமல் வந்தவர்களும் பந்தயத்தில் கலந்துகொண்டால் என்ன ஆகும்?

அதே போன்றதொரு பந்தயம். பலரும் ஓடத் தயாராக நிற்கிறார்கள். 'டுப்' என்ற சத்தம் கேட்கிறது. ஓடுகிறார்கள். மொத்த தூரமான 100 மீட்டரை 14 வினாடிகளில், ஓடிக் கடந்தவருக்குப் பரிசு கொடுத்தார்கள். அவர்தான் முதலிடம். ஆனால் ஒருவர் 12

வினாடிகளில் 100 மீட்டர் தூரத்தைக் கடந்தார். அவருக்குப் பரிசு தரவில்லை. பரிசு தராதது மட்டுமல்ல, அவரைப் பார்த்துப் பரிகசிக்கவும் செய்தார்கள்! என்ன காரணம்? அவர் ஓடியது வெற்றிக் கோட்டை நோக்கியல்ல. சற்று தள்ளி வெளியே வேறு பக்கம் ஓடிவிட்டார்.

ஓட்டப் பந்தயங்களில் இப்படியுமா ஓடுவார்கள் என்று வியப்பாக இருக்கலாம். ஓட்டப்பந்தயங்களில் வேண்டுமானால் எந்தத் திசையில் ஓடவேண்டும் என்கிற தெளிவு கலந்து கொள்கிற அனைவருக்கும் இருக்கும். ஆனால், வாழ்க்கைப் பந்தயத்தில் அப்படியில்லை.

தேவையில்லாத, பலன் தராத எவ்வளவோ விஷயங்களைத் தொடர்ந்து பல காலத்துக்கு வேகமாக, சிறப்பாகச் செய்பவர்கள் உண்டு. ஓடிய திசை சரியில்லை என்பது காலம் கடந்து தெரிய வரும். வருத்தப்படுவார்கள். பலன்?

வாழ்க்கை எனும் பஃபே

ஒருவர் எவ்வளவோ படிப்புகளைப் படிக்கலாம். எவ்வளவோ திறன்களைப் பெறலாம். கலைகளைக் கற்கலாம். முயற்சிகளைச் செய்யலாம். வேலை, வியாபாரம், ஆராய்ச்சி, சேவை என்று எவ்வளவோ விஷயங்களில் தங்களை ஈடுபடுத்திக் கொள்ளலாம். அந்த ஒவ்வொன்றுக்குள்ளும் எத்தனையோ வகைகள் இருக்கும். அவற்றில் எதைச் செய்வது என்று தெரியாமல், முதலில் தென்பட்டதை, அகப்பட்டதைச் செய்பவர்கள் உண்டு. செய்யக் கூடியன எல்லாம் ஒரு பஃபேயில் (Buffet) வைக்கப்பட்டுள்ள பல்வேறு உணவுப் பொருட் களுக்கு சமம். நீளமான மேசைகள் மீது, வெள்ளைத் துணி விரித்து, பளபளப்பான சில்வர் பாத்திரங்களில், ஆவி பறக்கும், வாசனை பரப்பும் உணவுப் பொருட்கள்.

புத்திசாலி என்ன செய்வார்? தட்டை எடுக்காமல், மெள்ள நடப்பார். முதலில் பஃபே முழுவதையும் ஒரு பார்வை பார்ப்பார். என்ன என்னவெல்லாம் இருக்கின்றன என்று தெரிந்து கொள்வார். பின்புதான் தட்டை எடுப்பார். தேவையான தேர்ந்தெடுத்த சிலவற்றை மட்டும் வேண்டிய அளவுகளில் எடுத்துக்கொள்வார்.

ஆம், எல்லாவற்றையும் அல்ல. பஃபே என்றால் அங்கே வரக்கூடிய பல்வேறு வகையான உணவுகளை விரும்புகிறவர்களுக்காகப் பல்வேறு உணவு வகைகள் இருக்கும். எல்லாவற்றையும் ஒருவர் எடுத்துக்கொள்ளவேண்டுமென்பதில்லை. எல்லாவற்றையும் சாப்பிட வயிற்றில் இடம் ஏது? தனக்குப் பிடித்தது, தேவையானதை

எடுத்தால் போதும். எடுக்கவேண்டியது, சிலவற்றை; தவிர்க்க வேண்டியதோ பலவற்றை.

வாழ்க்கையிலும் அப்படியேதான். செய்ய வேண்டியது சிலவற்றை; தவிர்க்க வேண்டியது பலவற்றை. எவரோ ஏற்பாடு செய்து விட்டார்கள் என்பதற்காக, கண் முன்னால் இருக்கிறது என்பதற்காக, அவற்றையெல்லாம் எடுத்துக்கொள்ள வேண்டும் என்பதில்லையே!

எல்லாம் ஒன்றல்ல

நாம் பல செயல்களைச் செய்கிறோம். அதற்குப் பலவிதமான பலன்கள் கிடைக்கின்றன. நம்முடைய எல்லாச் செயல்களுக்கும் ஒரே மாதிரி பலன் கிடைப்பதில்லை. சில செயல்களுக்கு மிக அதிகமான பலன்; வேறு சிலவற்றுக்குக் குறைவான அனுகூலம்.

உதாரணத்துக்கு, ஒரு தேர்வில் நாம் பத்து கேள்விகளுக்கு பதில் எழுதவேண்டும். பத்து கேள்விகளுக்கும் சரியாகப் பதிலெழுதினால் நூறு மதிப்பெண்கள் கிடைக்கும். நாம் அந்தத் தேர்வுக்கு ஆயத்தம் செய்கிறோம். எந்தக் கேள்விகளுக்கு அதிக நேரம் செலவழித்து நன்கு படிக்கலாம்? சிலர் நினைப்பார்கள் - எல்லாக் கேள்வி களுக்கான பதில்களையுமே நன்றாகப் படிக்கலாம் என்று. அது சரிதான். ஆனால் அப்படிப் படிப்பதற்கு நேரமில்லை என்று வைத்துக்கொள்வோம்.

இது போன்ற நெருக்கடிகளில் சில புத்திசாலிகள் இப்படி ஆராய் வார்கள். எந்தக் கேள்விகளின் பதில்களுக்கு, எவ்வளவு மதிப்பெண்கள் உறுதியாகக் கிடைக்கும்? (உதாரணத்துக்கு) இரண்டு (B Part) பெரிய கேள்விகளுக்கு 80 மதிப்பெண்கள் கிடைக்கும். மற்ற எட்டு (A Part) கேள்விகளுக்கு மொத்தம் 20 மதிப்பெண்கள்தான் கிடைக்கும்.

A பார்ட் எட்டு கேள்விகளுக்கும் சேர்த்து மொத்தம்: 20 மதிப்பெண்கள்.

B பார்ட் இரண்டு கேள்விகளுக்கு மட்டும் மொத்தம்: 80 மதிப்பெண்கள்.

இப்படி இருக்கும்நிலையில், படிப்பதற்குப் போதிய அவகாசம் இல்லாத மாணவன், எவற்றைத் தவறாமல் படிக்கவேண்டும்? எண்பது மதிப்பெண்கள் பெற்றுத் தரும் அந்த இரண்டு கேள்வி களையும்தானே! அதைப் படித்து முடித்த பிறகு, நேரமிருந்தால் அந்த எட்டு கேள்விகளுக்கான பதில்களையும் படிக்க வேண்டும்.

அதிலும்கூட, எந்தப் பாடங்களில் இருந்து நிச்சயம் கேள்விகள் வரும் என்று மேல் தேர்ந்தெடுப்புகள் செய்யலாம்.

நேர நெருக்கடி என்பது படிப்பதற்கு மட்டுமல்ல. தேர்வு எழுத 3 மணி நேரம் மட்டும் கொடுக்கப்படும். அதற்குள் எழுதி முடித்தாக வேண்டும். எல்லாக் கேள்விகளும் ஒன்றுதான் என்று எந்த மாணவரேனும் நினைத்து, கொடுக்கப்பட்டுள்ள அதேவரிசையில் ஒன்று, இரண்டு, மூன்று என்று எழுதத் தொடங்கி, கடைசியில் இரண்டு கேள்விகளுக்குப் பதிலெழுத நேரமில்லை என்று விட்டு விட்டால் என்ன ஆகும்? அப்படி விட்டுவிட்டு வெளியே வந்து, 'மொத்தமுள்ள பத்து கேள்விகளில் எட்டுக்குப் பதிலெழுதியாயிற்று. எனக்கு நிச்சயம் நல்ல மதிப்பெண் கிடைக்கும்' என்று அவரே நினைத்துக்கொண்டால், அல்லது கிடைக்கவில்லையே என்று பின்னால் வருத்தப்பட்டால்!

இரண்டே கேள்விகளுக்கான விடைகள் எண்பது மதிப்பெண்கள் பெற்றுத்தர வல்லவை. மற்ற 8 கேள்விகளுக்கான பதில்கள் வெறும் இருபது மதிப்பெண்களை மட்டுமே பெற்றுத் தருகின்றன.

இதேபோலத்தான் நாம் அன்றாடம் செய்யும் பல வேலைகளின் பலன்களும் அமைகின்றன. எல்லாச் செயல்களுக்கும் ஒரே அளவு பலன் கிடையாது. மிக நல்ல பலன்களைத் தரவல்ல சில முக்கிய வேலைகள் இருக்கின்றன. சொற்ப பலன்களையே தரக்கூடிய முக்கியமில்லாத பல வேலைகளும் இருக்கின்றன.

தேர்வு என்கிறபோது, எந்தக் கேள்வியின் விடைக்கு எவ்வளவு மதிப்பெண் என்று தெளிவாகவே குறிப்பிட்டிருப்பார்கள். ஆனால் வாழ்க்கையில், அலுவலகங்களில், தொழில் வியாபாரங்களில் அப்படி எவரால் குறிப்பிட முடியும்? நாமாகத்தான் கண்டுபிடிக்க வேண்டும்.

திட்டமிட்டா, வருவதை எல்லாமா?

ஆங்கிலத்தில், ரியாக்டிவ் புரோ ஆக்டிவ் என்று இரு பதங்கள் உண்டு. ரியாக்டிவ் என்றால் மறு வினையாற்றுவது. அடிபட்டால் மருந்து தடவுவது. கேட்டால், பதில் சொல்லுவது. செய்யச் சொன்னால் செய்வது. பழுதாகிவிட்டால் சரிசெய்வது. எல்லாம் ரியாக்டிவ் வகை செயல்கள்.

அடிபடாமல் பார்த்துக்கொள்வது, எவரும் கேட்பதற்கு முன் நமக்குத் தேவையானதைத் தெரிவிப்பது. எவரும் செய்யச் சொல்லும்

முன்பே தேவையானதைச் செய்து வைப்பது. பழுதாகாமல் பராமரிப்பது. தேவைப்படுவதற்கு முன்னால் தயாரித்துக் கொள்ளுவது. இவையெல்லாம் புரோ ஆக்டிவ் வேலைகளுக்கு உதாரணங்கள். ஏதோ ஒன்று நடந்து அதற்குப் பதிலாக, செய்வதுதான் ரி-ஆக்ஷன். என்ன தேவை, என்ன செய்யவேண்டும் என்று வருமுன்னர் காப்பது போலச் செய்வதுதான் புரோ-ஆக்ஷன். முன்கூட்டியே யோசித்துத் திட்டமிட்டுச் செய்யவேண்டியதைச் செய்வது.

புரோ ஆக்ஷன்தான் முன்னேற்றத்துக்கான வழி. அதை எப்படிச் செய்யலாம்?

பட்டியல்

நாம் செய்ய வேண்டும் என்று நினைப்பதை எல்லாம் வரிசையாக ஒரு பட்டியலாக எழுதலாம். எந்த வயதில் இருந்தாலும், எந்த நிலையில் இருந்தாலும் இந்த வேலையைச் செய்யலாம். ஒரு பட்டியல், நீளமான பட்டியல். 'அதில் இதை எழுதலாம், இதை எழுதக் கூடாது' என்கிற நிபந்தனைகள் ஏதும் கிடையாது. சின்ன வேலை, பெரிய வேலை என்று எதையும் ஒதுக்கவேண்டாம். எல்லாவற்றையும் எழுதிக்கொண்டே வரவேண்டும்.

- பத்திரிகைகள் படிக்கவேண்டும்
- தொலைக்காட்சியில் சில குறிப்பிட்ட நிகழ்ச்சிகளைப் பார்க்க வேண்டும்.
- வெளிவருகிற புதிய திரைப்படங்களைப் பார்க்கவேண்டும்.
- உடற்பயிற்சி செய்யவேண்டும்.
- தினசரி மைதானம் சென்று விளையாடவேண்டும்.
- உறவினர்கள், நண்பர்களைத் தொடர்ந்து சந்திக்கவேண்டும்.
- சுவையான உணவகங்களைத் தேடிச் சாப்பிடப் போகவேண்டும்.
- அலுவலகம் கிளம்பும் வரை நன்றாகத் தூங்கவேண்டும்.
- வீடுகட்ட இடம் பார்க்கவேண்டும்.
- வேலையில் முன்னேற உதவும் மேல்படிப்பு படிக்கவேண்டும்.
- ஏற்றுமதி செய்வதற்கான ஆர்டர்களைப் பிடிக்கவேண்டும்.
- வியாபாரத்தை வேறு ஒரு நல்ல இடத்துக்கு மாற்ற வேண்டும்.
- புத்தகங்கள் படிக்கவேண்டும்.

- வழிபாட்டு இடங்களுக்குப் போகவேண்டும்.
- நல்ல விற்பனையாளர்களை வேலைக்குச் சேர்க்கவேண்டும்.
- கூடுதல் ஊதியம் பெறுவதற்காக, சர்டிபிகேஷன் கோர்ஸ் ஒன்று முடிக்கவேண்டும்.

என்பது போன்று, அவ்வப்போது செய்கிற மற்றும் நாம் செய்ய விரும்புகிற எல்லாவற்றையும் ஒன்றுவிடாமல் எழுதவேண்டும். செய்ய நேரம் தேவைப்படும் எல்லாவற்றையும், தவறாமல் எழுத வேண்டும். ஒரே நாளில் செய்வனவற்றை மட்டுமல்ல, சில மாதங்களுக்கு ஒருமுறை செய்வனவற்றையும் கூடக் கட்டாயம் எழுத வேண்டும்.

இது ஒரு பட்டியல். எழுதி முடித்தாயிற்று. அடுத்து?

சீர்தூக்கிப் பார்க்கும் வேலையைச் செய்ய வேண்டும். மறு பார்வை செய்வது. இவற்றில் எவை குறிக்கோளை அடைவதற்கு, வாழ்க்கையில் வெற்றி பெறுவதற்கு மிக முக்கியம் என்று பார்த்து அவற்றை மட்டும் டிக் செய்ய வேண்டும்.

அடுத்த வேலை, மூன்றாவது பட்டியல் தயார் செய்வது. செய்முறையில் மாற்றம் இல்லை. மீண்டும் ஒருமுறை ஆராய்ந்து மிக முக்கியமானவற்றை மட்டும் டிக் செய்யவேண்டும். ஒரு சிலவற்றையாவது டிக் செய்யாமல் விடவேண்டும். இப்போது கிடைக்கிற பட்டியல் இரண்டாவதைக் காட்டிலும் மிகச் சிறியதாக இருக்கும். இருக்கவேண்டும். B பார்ட்டின் 80 மதிப்பெண்கள் பெற்றுத் தரவல்ல இரண்டே கேள்விகளைப்போல.

அதுவும் முடித்த பிறகு, நம் கையில் நாம் அவசியம் செய்ய வேண்டிய வேலைகளின் பட்டியல் ஒன்று இருக்கும். சிறிய, ஆனால் செய்தால் நமக்கு மிகவும் நன்மை தரவல்ல முக்கிய மற்றும் உயர் மதிப்பு வேலைகளின் பட்டியல்.

இனி இவற்றில்தான் நம்முடைய பெரும்பாலான நேரம் முதலீடு செய்யப்பட வேண்டும். பிறகு மீதமிருந்தால் மற்றவற்றிலும் நேரம் கழிக்கலாம்.

எவற்றைக் கட்டாயம் செய்யவேண்டும் என்று தேர்வு செய்தாயிற்று. இனி என்ன? செய்ய ஆரம்பிக்க வேண்டியதுதானே? என்று கேட்கத் தோன்றுமே!

இல்லை என்பதுதான் பதில். இன்னும் ஒரு வேலை பாக்கி இருக்கிறது.

எது முதலில்?

பட்டியலில் இருப்பவை எல்லாமே முக்கியமான வேலைகள்; தேவையற்றவை, பலன் தராத வேலைகள் ஏதுமில்லைதான். ஆனாலும் அவற்றில் எதை வேண்டுமானாலும் முதலில் செய்யலாமா?

ஒருவருக்கு நெஞ்சு வலிக்கிறது. டாக்டரிடம் போக வேண்டும். அதே நேரம், அவர் பார்க்க விட்டுப்போன, அவர் பார்க்க ஏங்கிக்கொண்டிருந்த திரைப்படத்தை அப்போது தொலைக்காட்சியில் ஒளிபரப்புகிறார்கள். அவர் என்ன செய்வார்? மருத்துவமனைக்குப் போவாரா ஒரு மாத்திரையைப் போட்டுக்கொண்டு படம் பார்க்க உட்கார்ந்துவிடுவாரா? எதற்கு முன்னுரிமை கொடுப்பார்? கொடுக்கவேண்டும்?

நம் ஆசைகள், தேவைகளில் பல, இப்படி, நெஞ்சுவலியா திரைப்படமா என்கிற மாதிரி வெளிப்படையாகத் தெரியக்கூடியதாக சுலபமாக

முடிவெடுக்கக்கூடியதாக இருக்காது. அதனால் எதற்கு முன்னுரிமை கொடுப்பது என்று தெரியாமல் பலரும் எதை எதையோ செய்துகொண்டிருக்கிறோம். அதனால் வெற்றி வாய்ப்புகளை இழக்கிறோம்.

கண்டுபிடிக்கவேண்டும். நம் ஆசைகள் அத்தனையுமே முக்கிய மில்லை; அவை எல்லாவற்றுக்கும் கொடுக்கக்கூடிய அளவுக்கு உழைப்பு, பணம், முக்கியமாக, நேரம் நம்மிடம் இருக்காது. ஒன்றைச் செய்யப்போக, அதனால் அடுத்த வாய்ப்பு தவறி போய் விடக்கூடும்.

எப்போது செய்கிறோம் என்பதும் முக்கியம்

பங்குச் சந்தையில் பியூச்சர்ஸ் என்று ஒருவகை வர்த்தகம். அதோடு இணைந்து ஆப்ஷன்ஸ் என்று மற்றொரு வர்த்தகம். ஆப்ஷன்ஸ் என்பதன் ஆயுள் ஒரு மாதம்தான். மாதத் தொடக்கத்தில் அதற்கு இருக்கும் மதிப்பு, நாட்கள் நகர நகரக் கரையும். மாத இறுதியில் அதற்கு மதிப்பே இருக்காது; ஒன்றும் இல்லாமல் போய்விடும்.

'செய்யாமலே இருப்பதைவிட, தாமதமாகவாவது செய்யுங்கள்' என்று ஆங்கிலத்தில் ஒரு பழமொழிஉண்டு. அது செய்யாமல் போகிறவர்களுக்குத்தான். நாம் ஏன் செய்யாமல்விடவேண்டும்? செய்யவேண்டியதைச் செய்யவேண்டிய நேரத்தில் செய்வதுதான், அதன் முழுப் பயனைப் பெற உதவும்.

படிக்கும் காலத்திலேயே சிலர் உயர் படிப்புகளைப் படித்து விடுவார்கள். அதனால் தொடக்கத்திலேயே அதிக சம்பளத்தில் பெரிய வேலையில் சேர்ந்துவிடுவார்கள். வேறு சிலரோ, நல்ல மதிப்பெண்கள் பெறாமல், குறைந்த சம்பள வேலையில் சேர்ந்துவிட்டு, பின்னர், பகுதி நேரப் படிப்பிலோ, மாலை நேர வகுப்பிலோ சேர்ந்து படிப்பார்கள். பிறகு மெல்ல மெல்ல உயர்ந்து, அதிக சம்பளம் பெறுவார்கள். அதற்குப் பல ஆண்டுகள் ஆகிவிடலாம். பின்னர் ஒரு நேரத்தில் இருவரும் ஒரே படிப்பு படித்தவர்கள்தான். ஆனாலும் முன்பே படித்தவர் அளவு ஆகுமா?

படிப்பு மட்டுமல்ல. வீடு கட்டுதல், திருமணம் செய்துகொள்ளல், வியாபாரத்தைப் பெருக்கிக் கொள்ளுதல் என்று எல்லாவற்றுக்குமே பயன் தரும் காலம் என்று ஒன்று உண்டு. பயன் என்பது தொடங்கிய பிறகே கிடைக்கும் என்றால், அதைச் சரியான நேரத்தில்

தொடங்குவதுதான் அதில் செலவிடும் நேரத்துக்கு முழுமையான பலனைப் பெறுவதற்கான வழி.

அதனால் நாம் செய்ய முடிவு செய்திருப்பனவற்றில் எவற்றை முதலில் செய்தால் நன்மை அதிகம் என்று கண்டுபிடிக்க வேண்டும். அதற்கு எண் 1 கொடுக்க வேண்டும். எது அடுத்தது, எது அதற்கும்

அடுத்தது? என்று வரிசைப்படுத்துவதுதான் Prioritisation, முன்னுரிமையை முடிவு செய்வது.

முன்னுரிமையைச் சரியாக முடிவு செய்வதற்கு முன்பு மனதளவில் மூன்று நிலைகளைக் கடக்க வேண்டும்.

1. எல்லா வேலைகளும் முக்கியம்தானே இதில் என்ன பாகுபாடு என்று நினைக்காமல், வேலைகளின் முக்கியத்துவங்கள் வேறு வேறு என்று புரிந்துகொள்ள முடிவது.

2. தனக்கும் தன்னைச் சார்ந்தவர்களுக்கும் எது மிக அவசியமானது என்பதைக் கண்டுபிடிக்கத் தெரிந்திருப்பது.

3. எது செய்வதற்கு நன்றாக இருக்கிறது, எது செய்வதற்குத் திருப்தியாக இருக்கிறது என்று பார்க்காமல், எது தனக்கு அதிகபட்ச பயன்தர வல்லது என்று பார்த்து, அப்படிப்பட்ட வேலைகளை முதலில் செய்ய முடிவது.

பலரும் முன்னுரிமைப்படுத்தாமல் செயலாற்றுவதற்குக் காரணங்களாகக் கீழ்க்கண்டவற்றைச் சொல்லலாம்.

- வருகிற எல்லா வேலைகளையும் எடுத்துக் கொள்ளும் பழக்கம். அவற்றைச் செய்வதால் கிடைக்கக்கூடிய பலாபலன்களை ஆராய்ந்து, முக்கியமானவற்றைத் தவிர, மற்றவற்றை மறுக்க முடியாமை.

- எல்லாவற்றிலும் கொஞ்சம் கொஞ்சம் செய்துவிட்டு, தான் சரியாகத்தான் நடந்துகொள்வதாகத் தனக்குத்தானே நியாயப் படுத்திக்கொள்ளும் மனப்பாங்கு.

- எப்போதும் பரபரப்பாக எதையாவது செய்துகொண்டே இருத்தலே நேரத்தைச் சரியாகப் பயன்படுத்தும் வழிமுறை என்கிற தவறான எண்ணம்.

- ‘தன்னால், எல்லாம் முடியும். எதற்காக எதையும் செய்யாமல் விடவேண்டும்’ என்று எல்லாவற்றையும் செய்ய முயல்வது.
- மற்றவர்களுக்கு சரியாகச் செய்யத் தெரியாது. அவர்கள் செய்வதில் ஏதாவது தவறு வந்துவிடும். அதனால் எல்லா வற்றையும் நானே செய்யவேண்டும், சரிபார்க்க வேண்டும் என்கிற நினைப்பு.
- ஒரு வேலையின் மீது தொடர்ந்து கவனம் செலுத்த முடியாமை (Short attention span). ஆரம்பித்த வேலைகளைத் தொடர முடியாமல், அப்படியே விட்டுவிட்டு, அடுத்த வேலையை (அது எதுவாக இருந்தாலும், முக்கியத்துவம் குறைவானதாக இருந்தாலும்) தொடங்குவது.

இறுதிப் பட்டியலில் இருக்கிற எல்லாமே ஒரே போல முக்கியமாகத் தோன்றினால், எதற்கு அதிக முக்கியத்துவம் கொடுப்பது என்கிற முடிவுக்கு வரமுடியாவிட்டால், தகுதியான ஒருவரிடம் ஆலோசனை பெற்று முடிவு செய்யலாம். எப்படியும் பட்டியலில் உள்ளவற்றில் எதை முதலில் செய்யவேண்டும் என்ற அவசியம் முடிவு செய்தாக வேண்டும்.

அதன் பிறகு, அந்தப் பட்டியல்தான் நமது வேலை அட்டவணை. ஒரே அஜெண்டா. அதில் உள்ளவற்றை முடித்த பிறகு, நேரம் இருந்தால் மட்டுமே, மற்றவை.

இதுவரை பார்த்தவை, வாழ்க்கையில் அடைய வேண்டியவற்றைத் தவறவிடாமல் இருப்பதற்கான வழிமுறைகள். இதை ஒரே ஒரு முறை செய்துவிட்டால் போதும் என்று நினைக்கவேண்டாம். குறைந்தபட்சம், மூன்று அல்லது ஆறு மாதங்களுக்கு ஒரு முறையேனும், முடிவு செய்து நிறைவேற்றிக் கொண்டிருக்கும் பட்டியலை மறுபார்வை செய்யவேண்டும். மாறும் சூழ்நிலைக்கு ஏற்ப புதிய வேலைகளைச் சேர்க்கலாம். ஏற்கெனவே உள்ள முன்னுரிமை வரிசையை மாற்றலாம். அதில் சிலவற்றை விலக்கவும் செய்யலாம்.

நேரத்தைச் சரியாகவும், முழுமையாகவும், அதிகபட்ச பயனுள்ள வகையிலும் பயன்படுத்த, முன்னுரிமைப் பட்டியல் உருவாக்கிச் செயல்படுத்துவது மட்டும் போதாது. மேலும் சிலவற்றையும் செய்யவேண்டும். அதைவிடவும் முக்கியமாக, நேரம் பற்றிய சரியான புரிதலும் அவசியம். இனி அவற்றைத்தான் ஒவ்வொன்றாகப் பார்க்கப் போகிறோம்.

நேரம் – சில தகவல்கள்

நேரம் அளவானது

லொம்பார்ட். யு.எஸ். தேசத்தின் கால்பந்தாட்டக் குழுவின் பயிற்சியாளராக வெகுகாலம் இருந்தவர். மிகச் சிறந்த பயிற்சியாளர். ஒரு பந்தயத்தில் யு.எஸ். அணி தோல்வி கண்டபோது, பயிற்சியாளரான அவரிடம், உங்கள் அணியின் தோல்விக்கு என்ன காரணம்? என்று கேட்டனர். அதற்கு அவர், எங்கள் அணி திறமையான அணி. சிறப்பாகவே ஆடியது. நிச்சயம் நாங்கள் மேலும் சில கோல்கள் போட்டு, வெற்றிபெற்றிருப்போம். என்ன செய்ய, அதற்குள் ஆட்டம் முடிந்துவிட்டது' என்றார்.

பதில் எப்படி இருக்கிறது? சாமர்த்தியமான பதில் இல்லையா!

ஆட்டத்தின் முதல் பாதி 40 நிமிடங்கள். அடுத்த பாதி இன்னொரு 40 நிமிடங்கள். அதற்குள் யார் வெற்றி என்கிற முடிவு வராவிட்டால் மேலும் பத்து பத்து நிமிடங்கள், கூடுதல் நேரம் (எக்ஸ்ட்ரா டைம்) தருவார்கள். இதுதானே ஆட்டத்தின் விதி! அந்த நேரத்துக்குள் எவ்வளவு கோல்கள் போடுகிறோமோ அதுதானே கணக்கு. அதை வைத்துத்தானே வெற்றி, தோல்வி முடிவுசெய்யப்படும்! குறிப்பிட்ட நேரத்துக்குள் அதிக கோல்கள் போடும் அணிக்குத்தானே வெற்றி. நேரம் போதவில்லை என்று சொன்னால்!

பள்ளி, கல்லூரித் தேர்வுகள் என்றால் மூன்று மணிநேரம். CAT, SAT, GRE, UPSC என்று எந்தப் போட்டித் தேர்வுக்கும் குறிப்பிட்ட கால அளவு உண்டு. அதற்குள் என்ன எழுத முடியுமோ, அவைதான் மதிப்பெண்கள் பெற்றுத்தரும். 'எல்லாக் கணக்குகளும் எனக்குத் தெரிந்தவைதான். ஆனால், கடைசி இரண்டு கணக்குகளைப் போடமுடியவில்லை. அதற்குள் மணி அடித்துவிட்டார்கள்' என்று சொல்ல முடியுமா? அடிப்பார்கள்தான். 'எழுத விடாமல் பேப்பரைப் பிடுங்கிவிட்டார்கள்' என்று புகார் கொடுக்க முடியுமா? செல்லுபடியாகாது, சிரிப்பார்கள்.

இந்த மாதம் உற்பத்தி இலக்கை ஏன் அடையவில்லை அல்லது விற்பனை இலக்கை ஏன் எட்டவில்லை என்று மேலதிகாரிகள் கேட்கிறார்கள். 'இந்த மாதத்தில், வேலைநாட்கள் குறைவு. அதிகமான விடுமுறை நாட்கள் வந்துவிட்டன'. அல்லது, 'இது பிப்ரவரி மாதம். மாத நாட்களே குறைவு' என்றெல்லாம் சொல்ல முடியுமா? சொன்னால் ஏற்றுக்கொள்வார்களா?

செய்யும் திறமைகள் இருந்தால் மட்டும் போதாது. செய்ய வேண்டியதை உரிய காலக் கெடுவுக்குள் முடிக்கவும் வேண்டும்.

போட்டிகள் நிறைந்த உலகத்தில், Big eat small என்பது போய், Fast eat slow என்கிற நிலை வந்து, வேகமாகச் செய்ய வேண்டும் என்கிற கட்டாயம் ஏற்பட்டாகிவிட்டது. வேகமாகச் செய்தால் மட்டும் போதாது. சமயத்தில் நிதானமாகவும் செய்ய வேண்டும். கவனத்துடன் கூடிய வேகம். இதுவும் நேர மேலாண்மை உத்திதான்.

சிலருக்கு வியப்பாக இருக்கலாம். 'என்ன இது வேகமாகச் செய்யாமல் இருப்பதுகூட, நேரத்தைச் சரியாக நிர்வாகம் செய்யும் முறையா என்ன' என்று கூடத் தோன்றலாம்.

எல்லாவற்றிலும் வேகம் வேண்டாம்

எதற்கும் ஒரு மறுபக்கம் உண்டு. இங்கே குறிப்பிடும் மறுபக்கம், ஆங்கிலத்தில் Flip side (ஃபிலிப் சைடு) என்பார்களே அப்படிப்பட்ட ஒன்று. 'நல்லதுதான், ஆனால் தவறி நேர் எதிரான விளைவையும் உண்டாக்கும்' என்று சிலவற்றைப் பற்றிச் சொல்லுவது போல.

மிக வேகமாகக் காரியங்கள் செய்வதன் மறுபக்கம், 'ஃபிலிப் சைடு' என்னவாக இருக்கும்? உதாரணங்கள் பார்க்கலாம்.

2009ஆம் ஆண்டு ஐ.பி.எல். கிரிக்கெட் போட்டிகள் பற்றிய அறிவிப்பு வெளிவந்தது. அதற்கும் முந்தைய ஆண்டு ஐ.பி.எல். கிரிக்கெட் போட்டிகள் ரசிகர்களிடையே மிகப்பெரும் வரவேற்பு பெற்றதைப் பார்த்த வியாபாரிகள் பலர், அந்த ஆண்டு முந்தைய ஆண்டைவிட, கூடுதலாகவே வரவேற்பு இருக்கும் என்று கணித்தார்கள் கிடைக்கவிருக்கும் வியாபார வாய்ப்புகளைத் தவறவிடக்கூடாது என்று முடிவுசெய்தார்கள். பரபரப்பானார்கள்.

IPL போட்டி தொடர்பாக அவர்கள் செய்யக்கூடிய வியாபார வேலை களை உடனடியாகத் தொடங்கினார்கள். மற்றவர்களை முந்த வேண்டும். தாங்கள் முதலில் ஆயத்தமாகி, விற்பனையாகக்கூடிய பொருட்களைத் தயாரித்து, முடித்து, விற்று நல்ல காசு பார்த்துவிட வேண்டும். இதுதான் அவர்களின் நோக்கம். கொல்கத்தா நகரில் இருக்கும் அவர்களில் சிலர் செய்தது, குறிப்பிட்ட அணிகளின் பெயர்களான, 'மும்பை இண்டியன்ஸ்', 'சென்னை சூப்பர் கிங்ஸ்' போன்ற அணிகளின் பெயர்களைத் தாங்கிய, வண்ண வண்ண டி-சர்ட்டுகளை ஏராளம் தயாரித்துவிட்டதுதான்.

அதே நேரம் நாடாளுமன்றத் தேர்தல் பற்றிய அறிவிப்பைத் தேர்தல் ஆணையம் வெளியிடுகிறது. வாக்குப்பதிவு தேதிகள் முடிவாகின்றன.

'லட்சக்கணக்கானவர்கள் குழுமும் போட்டிகளைத் தேர்தல் நேரத்தில் நடத்துகிறேன் என்கிறீர்களே, தேர்தல் பிரசாரம் சூடுபிடித்திருக்கும் நேரமாக அது இருக்குமே! இரண்டு மிகப் பெரிய நிகழ்வுகளுக்கும் அரசால் ஒரே நேரத்தில் போதிய அளவு பாதுகாப்பு கொடுக்க முடியுமா என்று தெரியவில்லை. அதனால் நீங்கள் கிரிக்கெட் போட்டிகளின் தேதிகளை மாற்றிக்கொள்ளுங் கள்' என்றது மத்திய அரசின் உள்துறை.

‘தேதி மாற்றினால், பல்வேறு தேசங்களைச் சேர்ந்த வீரர்கள் ஆடும் ஆட்டங்களில் பல சிக்கல்கள் வரும். அதனால், நாங்கள் அறிவித்திருக்கும் அதே தேதிகளிலேயே போட்டிகளை நடத்திக் கொள்கிறோம். ஆனால். இந்தியாவில் இல்லை. தென் ஆப்பிரிக்காவில்’ என்று முடிவெடுத்தது ஐ.பி.எல். நிர்வாகம்.

அரசும் ஐ.பி.எல். நிர்வாகமும் அவரவர்களுக்கு ஒத்துவரும் முடிவு களை எடுத்தார்கள். ஐ.பி.எல். போட்டிகள் இந்திய நகரங்களில் இல்லை என்றானது.

அதனால் பாதிக்கப்பட்டது யார்? நேரடியாகக் கண்டுகளிக்க அரங்குகளில் மிகப் பெரிய கூட்டம் குவியுமென்று என்று எதிர் பார்த்து, டி - சர்ட் மற்றும் பல்வேறு அணிகளுக்கு ஏற்ற வண்ணக் கொடிகள் தயாரித்தவர்கள்தான். அவர்களுக்கு மிகப் பெரிய நட்டம். காரணம், குறிப்பிட்ட நிகழ்வு மற்றும் அணி பற்றிய தகவல்களுடன் தயாரிக்கப்பட்ட டி சர்டுகளை, அந்த நிகழ்வு நடக்காத இந்திய நகரங்களில் எப்படி விற்பனை செய்வது? மொத்தமாகக் கொண்டு போய் தள்ளுபடியில்தான் தள்ளவேண்டும் என்ற நிலை. வேறு வழி?

அவசரக்காரனுக்குப் புத்தி மட்டு. வேகம் மட்டுமல்ல, நிதானமும் தேவை. எல்லா நேரங்களிலும் எல்லாவற்றையும் வேகமாகச் செய்யக் கூடாது என்பதற்கு மற்றுமொரு உதாரணமும் பார்க்கலாம்.

மும்பையைத் தலைமையிடமாகக் கொண்டு நடக்கும் நிறுவனம் ஒன்றில் நடந்தது இது. அந்த நிறுவனத்துக்குக் கிளை அலுவலகங் கள் பல ஊர்களிலும் உண்டு. ஒரு நாள் காலை நேரம், தலைமை அதிகாரியை ஹைதராபாத் கிளை அலுவலகத்தின் மேலாளர் செல்பேசியில் தொடர்புகொண்டார். குரலில் பதற்றம்.

‘நேற்று இரவு நமது கிளை அலுவலக வளாகத்தில் திருட்டு நடந்திருக் கிறது. நம் அலுவலகம் உட்பட, அங்குள்ள ஏழு அலுவலகங்களின் கதவுகளை உடைத்துக் கொள்ளையடித்திருக் கிறார்கள். சேஃப்ட்டி லாக்கரையும் திறந்து ரொக்கப் பணத்தை எடுத்து சென்றுவிட்டார்கள். பறிபோனது அன்றைய தினத்தின் கலெக்‌ஷனான, ரூபாய் எண்பதாயிரம்.’

‘அடடா! எல்லாம் போச்சா!’

‘ஆமாம் சார்.’

‘நாம் திருட்டுக்கான காப்பீடு செய்திருக்கிறோமில்லையா?’

‘ஆமாம் சார்.’

‘அப்படியென்றால் நட்ட ஈடு கிடைக்குமே? போன பணம் நட்டமில்லை.’

‘ஆமாம் சார்.’

‘போலீஸுக்குத் தகவல் தெரிவிப்பதுடன், இன்சூரன்ஸ் கம்பெனிக்கும் உடனே தகவல் கொடுத்திடுங்க. ‘மடமட’ன்னு ஆக வேண்டியதைப் பாருங்க’.

இரண்டு நாட்கள் கழித்து, தலைமை அதிகாரி, ஐதராபாத் அலுவலரைத் தொடர்புகொண்டு விசாரித்தபோது அவர் சொன்னது, ‘நமக்குக் காப்பீடு நிறுவனம் இழப்பீடு தொகை தர மாட்டார்களாம்!’

‘ஏன்?’

‘நாம் காப்பீடு செய்திருக்கிறோம்தான். ஆனால், பகலில் மட்டும் தான் நம் அலுவலகத்தில் செக்யூரிட்டி போட்டிருக்கிறோம். 24 மணி நேரக் காவல் ஏற்பாடு செய்யாததால் இழப்பீட்டுத் தொகை தரமாட்டார்களாம்.’

‘இதென்ன புது செய்தியாக இருக்கிறது! கொள்ளை போனபிறகு சொல்லுகிறார்களே!’

‘இல்லை சார். முன்பே, காப்பீடு எடுக்கும்போதே அவர்களுடைய நிபந்தனைகளில் ஒன்றாக இதுவும் இருந்திருக்கிறது...’

‘அப்படியா? இதை ஏன் அவர்கள் முன்பே தெரிவிக்கவில்லை?’

‘தெரிவித்திருக்கிறார்கள். நாமும் கையெழுத்து போட்டிருக் கிறோம். சிறிய எழுத்துக்களில், அதுவும் பல்வேறு நிபந்தனை களில் ஒன்றாக இருந்தால், அந்த நிபந்தனையைக் கவனிக்கத் தவறியிருக்கிறோம்’.

பல ஆண்டுகளாகக் காப்பீட்டுக்கான பிரிமியம் கட்டி வந்திருக் கிறார்கள். திருட்டு/கொள்ளை நடந்தால், அந்த நட்டத்தைத் தவிர்ப் பதற்காகவே கட்டப்பட்டு வந்த தொகை அது. ஆனால், பலன்

இல்லாமல் வீணாகிவிட்டது. வீணாகிப்போனது கொள்ளை போன பணம் மட்டுமல்ல; அதுவரை கட்டி வந்த காப்பீட்டு பிரீமியத் தொகையும்தான். தண்டச் செலவு.

கவனிக்காமல் வேகமாகச் செய்ததன் விளைவு. துரிதமாகச் செய்கிறேன் என்று, கவனமாகச் செய்ய வேண்டியனவற்றுக்கு தேவையான நேரம் ஒதுக்காவிட்டால் இப்படித்தான் நிகழும்.

'எல்லோரும் செய்வதைச் செய்துவிட்டேன்.'

'எப்போதோ எடுத்துவிட்டேன்.'

'தொடர்ந்து விடாமல் செய்து வருகிறேன்!'

இவற்றால் எல்லாம் பலனில்லை. நேரம் செலவானாலும் பரவா யில்லை. சிலவற்றை நிதானமாக, கவனமாகச் செய்யவேண்டும்.

மொத்தமாகக் கிடைக்காது

நீங்கள் ஏன் சாதிக்கவில்லை? எதனால் நீங்கள் செய்யக்கூடிய பலவற்றையும் செய்யாமலேயே இருக்கிறீர்கள்?!' என்றெல்லாம் கேட்டால், சிலரிடம் இருந்து சாதாரணமாக வருகிற பதில், 'நேரம் போதவில்லை. பிழைப்பைப் பார்க்கவே நேரமில்லை. அதற்கெல்லாம் எங்கே நேரமிருக்கிறது!'

மறுக்க முடியாது. எல்லோருமே இப்போது செய்து கொண்டிருப் பதைவிட அதிகம் செய்ய நினைக்கிறோம். செய்யவும் முடியும். அந்தத் திறன் இருக்கிறது. ஆனால் எல்லாவற்றுக்கும் செலவழிக்கக் கூடிய அளவு நேரம்தான் இல்லை.

இந்தப் பிரச்னையைச் சமாளிப்பது எப்படி?

அவர் பெயர் இராசமாணிக்கம். அவருடைய மனைவிக்கு உடல் நலம் சரியில்லை. விவரமறிந்துகொண்ட அவருடைய நண்பர் ஒருவர், நான் சொல்லும் மருத்துவரிடம் உங்கள் மனைவியை அழைத்துச் செல்லுங்கள். எல்லாம் சரியாகிவிடும்' என்று சொல்லி, அந்த மருத்துவரின் பெயரையும் குறிப்பிட்டார்.

நீங்கள் சொல்கிறவர் சிறந்த மருத்துவர்தான். நானும் அவரைப் பற்றிக் கேள்விப்பட்டிருக்கிறேன்.

இன்னொன்றையும் சொல்லிவிடுகிறேன். அங்கே கூட்டம் அதிகமாக இருக்கும். அப்பாயின்மென்ட் வாங்கினாலும் சில மணி நேரம் காத்திருக்க வேண்டியிருக்கும்.

அப்படியா? சரி. அதற்கு ஏற்றாற்போல போய்விடுகிறேன்.

குறிப்பிட்ட தினத்தன்று, இராசமாணிக்கம் தன் மனைவியை அழைத்துக்கொண்டு, 'கிளினிக்'குக்குப் போய்விட்டார். மருத்துவரின் செயலாளரிடம் அவருடைய பெயர் சொல்லி அவர்கள் வந்துவிட்டதைத் தெரிவித்துவிட்டு, நாற்காலியில் அமர்ந்தார். தன்னுடைய பெட்டியைத் திறந்தார். எடுத்து வந்திருந்த நோட்டுப் புத்தகங்களை வெளியில் எடுத்தார். திட்டமிட்டிருந்த வேலையைச் செய்யத் தொடங்கினார்.

இராசமாணிக்கத்தைப் போலவே அங்கே பலரும் காத்திருந்தார்கள். எப்போது தங்கள் முறை வரும் என்பது பரபரப்பாக, என்ன இவ்வளவு நேரமாகிறதே என்று எரிச்சலாக, 'செய்ய வேண்டியது எவ்வளவோ இருக்கையில் இப்படிச் சும்மா உட்கார்ந்து பொழுது போகிறதே' என்ற குற்ற உணர்வுடன் என்று பலவாறான சங்கடங்களுடன் அமர்ந்து இருந்தார்கள்.

இராசமாணிக்கத்திடம் சிறிதளவும் அந்தப் பரபரப்போ, எரிச்சலோ இல்லை. வீட்டிலோ அலுவலகத்திலோ இருந்தால் எப்படி இருப்பாரோ, அவ்வளவு இயல்பாக இருந்தார். காரணம் காத்திருப்பதில் அவருக்கு நேரம் வீணாகவில்லை. அவரது வேலை நடந்து கொண்டிருந்தது.

அங்கே உட்கார்ந்திருந்ததால் அவருக்கு நேர விரயம் இல்லை. இடையே அவர் மனைவியின் பெயரைச் சொல்லி ஒரு முறை அழைத்தார்கள். அவர்தான் எழுந்துபோனார். பணம் கட்டிவிட்டு வரச் சொன்னார்கள். செய்தார், திரும்ப வந்தார். கர்ம சிரத்தையாக, விட்ட இடத்தில் இருந்து மீண்டும் தன் வேலையைத் தொடர்ந்தார்.

அவர்களைப் பார்ப்பதற்காக, மருத்துவர் அழைத்த அந்தக் கடைசி நிமிடம் வரை, இராசமாணிக்கத்தின் காத்திருந்த நேரம் பயனுள்ள தாகவே போனது. மருத்துவரைப் பார்க்க அவரது அறைக்குள் நுழை வதற்கு முன்தான் தன் வேலையை மூடிவைத்தார். அவர் காத்திருந்த நேரத்தில் ஒரு சில நிமிடங்களைக் கூட வீணாக்கவில்லை. அவர் செய்ய நினைத்திருந்த ஓர் அவசியமான வேலையை அங்கேயே அழகாக முடித்துக்கொண்டுவிட்டார்.

இந்த இடத்துக்குத்தான் என்றில்லை, எங்கே சென்றாலும் அந்த இடத்துக்குத் தகுந்தாற்போல, அங்கே செய்யக்கூடிய வேலைகளுக் கான விஷயங்களையும் அவர் நினைவாக எடுத்துப் போவார். அது படிக்க வேண்டிய புத்தகமாகவோ, எழுத வேண்டிய கணக்குகளாகவோ, செல்பேசியில் பேசவேண்டியவர்களின் பட்டியலாகவோ அல்லது வேறு எதுவாகவோ இருக்கும்.

நேரம் என்பது பொன் போன்றது என்று கேள்விப்பட்டிருக்கிறோம். அதை ஏன் பொன் போன்றது என்கிறார்கள்? நேரம் என்பது மிகவும் மதிப்புமிக்கது என்பதற்காகத்தானே அப்படிச் சொல்கிறார்கள்!

அதற்கு இன்னொரு விளக்கமும் கொடுக்கலாம். கொல்லன் பட்டறை தெரிந்திருக்கலாம். இரும்பு வேலைகள் செய்யும் இடம். அந்த இடம் எப்படி இருக்கும்? அங்கே இங்கே என்று, அந்த இடத்தில் சின்னதும் பெரியதுமாக வெட்டப்பட்ட இரும்புத் துண்டுகள் சிதறிக்கிடக்கும்.

அதனால் என்ன? இரும்புத் துண்டுகள்தானே என்று விட்டுவைத் திருப்பார்கள். கடையை மூடும்போது பெரிய துண்டுகளை மட்டும் எடுத்து, கடைக்குள்ளே பாதுகாப்பாக வைத்துவிட்டுப்போவார் கள். பெரிய துண்டுகளுக்குத்தான் விலை மதிப்பு. சின்னத் துண்டுகளை எடுத்து வைத்து பெரிதாக ஏதும் ஆகப்போவதில்லை. கிடக்கட்டும் என்று விட்டுவிட்டுப் போவார்கள்.

கொல்லன் பட்டறையைப் போலவே மற்றொரு இடமிருக்கிறது. அது, பொற்கொல்லர் வேலை செய்யுமிடம். இதுவும் ஒரு வேலை செய்யும் இடம்தான். இங்கும் இரும்பு போலவே தங்கம் என்கிற உலோகத்தில் நகை வேலை செய்கிறார்கள். தங்கத்தின் விலை இரும்பின் விலையைவிடப் பன்மடங்கு அதிகம் என்று சொல்லத் தேவையில்லை.

அந்தக் கடையில் தங்கத்தை உருக்கும் குமிட்டி அடுப்பு இருக்கும். ஊதாங்குழல்கள் இருக்கும். இன்னும் வேறு சில சிறு கருவிகளும் அங்கே இருக்கும். அவை எல்லாவற்றையும்விட அந்த இடத்தில் இருக்கும் முக்கிய வேறுபாடு, தங்க வேலை செய்பவர் காலுக்குக் கீழே விரிக்கப்பட்டிருக்கும் சமுக்காளம்தான். வேலை செய்யும் போது, எது சிந்தினாலும் அந்த விரிப்பில்தான் விழ வேண்டும் என்கிற ஏற்பாடுதான் அந்த சமுக்காள விரிப்பு.

கடை மூடுகிற நேரம் அந்தச் சமுக்காள விரிப்பைக் கவனமாக ஒன்று குவித்து, அதில் சிதறியிருக்கக்கூடிய தங்கத்தை, பிரத்தியேக மான பிரஷ் கொண்டு சேகரித்து எடுத்துப் பத்திரமாக டப்பாவில் போட்டு வைப்பார்கள். சிதறியிருப்பவை எல்லாம் என்ன பெரிய கட்டிகளாகவா இருக்கும்! எல்லாம் சிறு சிறு துகள்களாகத்தான் இருக்கும்.

எவ்வளவு சிறியதாகவும் இருக்கட்டுமே! அவற்றை விட்டு விடமுடியுமா, என்ன? எல்லாம் தங்கமாயிற்றே? என்ன விலை விற்கிறது! இதுதானே அவர்களின் நினைப்பு.

இரும்புபோலத் தங்கம் எல்லோருக்கும் கட்டி கட்டியாகக் கிடைத்துவிடாது. தங்கத் துகள்களைப்போலச் சிறிய அளவுகளில் தான் கிடைக்கும்.

நேரம் பொன் போன்றது என்று சொல்வது இதனால்தான். அதுவும் கட்டிகட்டியாக, சில மணிநேரங்கள், சில நாட்கள் என்பது போல மொத்தமாகக் கிடைக்காது. அதனால் என்ன? கிடைக்கிற சிறு சிறு அளவு நேரங்களையும் சரியாகப் பயன்படுத்திக்கொண்டால், யார் தடுக்கப்போகிறார்கள்?

தங்கத்தின் சிறு துகள்களையும் விடாமல் சேகரித்து ஒன்று சேர்த்துப் பயன்படுத்துவது போலச் சிறு சிறு அளவுகளில் அவ்வப்போது கிடைக்கும் நேரத்தையும் தவறவிடாது பயன்படுத்த முடியும். இராசமாணிக்கம் போன்றவர்கள் செய்வது அதைத்தான். 'அலுவலகத்தில்/வீட்டில் இருந்து, ஏ.சி.போட்டுக்கொண்டு, கட்டிலில் அமர்ந்து கொண்டு செய்தால்தான், எனக்கு சரியாக வரும் என்றால், அப்படிப்பட்ட நேரம் கிடைக்கும்போது மட்டும்தான் எதையும் செய்யமுடியும். அது தங்கக் கட்டி கேட்பதுபோல. கிடைக்கலாம்; கிடைக்காமலும் போகலாம்.

செய்ய நினைக்கும் எல்லா வேலைகளுக்கும் அப்படி, தேவைப்படும் நேரம் அளவுகளில் கிடைக்காததால்தான், பலராலும் தாங்கள் நினைக்கிற நேரம் எல்லாவற்றையும் செய்ய முடிவதில்லை.

ஆக, விரும்புகிற முக்கிய வேலைகளைச் செய்ய நேரம் இல்லை என்று சொல்லமுடியாது. நேரம் தேவைப்படும் அளவுகளில் தேவைப்படும் வசதிகளில் கிடைக்கவில்லை என்று வேண்டுமானால் சொல்லலாம்.

காத்திருப்பு, பயணம் போன்றவற்றில் காணாமல் போகும் நேரத்தைக் கூட்டிப் பார்த்தால், அதன் அளவு பிரமிப்பூட்டும். ஆம். தங்கத் துகள்களைச் சேர்த்து உருட்டிப் பார்ப்பது போல அவற்றை யெல்லாம் கணக்கிட்டுப் பார்த்தால்தான் தெரியும். ஐந்து பத்து நிமிடங்களாக, அரை மணி ஒரு மணி நேரங்களாக, காத்திருப்பு களிலும் பயணங்களிலும் வீணாகிக்கொண்டே இருக்கிறது ஏராளமான நேரம்.

அவற்றைப் பயன்படுத்தாமல்விடுவது தங்கத் துகள்களைக் கண்டு கொள்ளாமல் விடுவதைப்போல; அல்லது பெருக்கித் தூர எறிவது போல. எந்த இடத்திலும் செய்யக்கூடிய வேலைகளை, அதற்கான விடயங்களை வெளியேயும் எடுத்துப்போகவேண்டும். எங்கே காத்திருக்க நேர்ந்தாலும், எங்கே சும்மா இருக்க நேர்ந்தாலும் அவற்றைச் செய்யலாம்; ஒரே வேலையைச் சிறு சிறு அளவுகளில் வெவ்வேறு நேரங்களில், வெவ்வேறு இடங்களில் செய்யப் பழகி விட்டால், நம் வசமாகும் நேரத்தின் அளவு பெரிதும் கூடிவிடும்.

சிறிது சிறிதாய்...

இருக்கிற நேரத்தில் எவ்வளவு முடியுமோ அவ்வளவும் செய்வதுதான் நமது குறிக்கோள் என்றால், ஒரு நாளில் பல்வேறு தருணங்களில் வீணாகிற நேரங்களைக் கண்டுபிடிக்கவேண்டும்.

ஊருக்குப் போகிறோம். பெட்டி மிகப் பெரியதும் இல்லை, மிகச் சிறியதும் இல்லை. இடைப்பட்ட அளவானது. எடுத்துப் போக வேண்டியவை நிறைய இருக்கின்றன. சட்டை துணிமணிகள், துண்டு, சால்வை, புத்தகங்கள், டாய்லெட் செட், போன் சார்ஜர், சிறு டப்பாக்கள், பரிசுப் பொருட்கள் இப்படிப் பலவற்றையும் உள்ளே வைக்க வேண்டும்.

ஒரு சிலர் கையில் பட்டதையெல்லாம், பெரிதோ சிறிதோ எடுத்து ‘மடமட’ வென்று உள்ளே வைத்துவிடுவார்கள். கடைசியாகப் பெட்டியை மூட முயன்றால் முடியாது. பிதுங்கி வழியும். பார்த்துக் கொண்டிருக்கும் நண்பரோ உறவினரோ எல்லாவற்றையும் வெளியே எடுத்துவிட்டு, பெரிய அளவுள்ள பொருட்களை முதலில் உள்ளே வைப்பார்கள். பின்பு இருக்கிற இடங்களில் சிறிய பொருட்களை வைப்பார்கள். இறுதியாக உள்ளாடைகள், துண்டு போன்றவற்றை, ஆங்காங்கே கிடைக்கிற சிறிய இடைவெளிகளில்

மடித்தோ சுருட்டியோ திணிப்பார்கள். இப்போது பெட்டியை மூடுவார்கள். மூட முடியும்.

ஒரு நாள் என்பது ஒரு பெட்டி போன்றதுதான். எடுத்தவுடன் அதிக முக்கியமில்லாத வேலைகளைச் செய்யவேண்டாம். கிடைக்கிற சிறிய இடைவெளிகளில் (பெட்டியில் கிடைத்த இரண்டு இடுக்குகள் போல்) அவற்றைச் செய்யலாம்.

- நடக்கும்போது, பயணத்தின்போது, மூச்சுப் பயிற்சி செய்யலாம்.
- காத்திருக்கும் நேரங்களில் சிந்திக்க வேண்டியவற்றைச் செய்யலாம்.
- பயணம் செய்யும் நேரத்திலும் காத்திருக்கும் நேரத்திலும் படிக்கலாம், எழுதலாம்.
- லிஃப்ட்டுக்குள் நிற்கும் நேரம் (தனியாக இருந்தால்) கூட ஒருசில சிறிய உடற்பயிற்சிகள் செய்யலாம்.
- காலையில் படுக்கையில் இருந்து எழும்போது சில உடற் பயிற்சிகளைச் செய்து விட்டு எழலாம். இப்படிப்பட்டவற்றை அதிக நேரம் செய்ய வேண்டுமென்பதில்லை. ஆனால், நேரம் கிடைக்கும் போதெல்லாம் கொஞ்சம் கொஞ்சம் செய்யலாம். ஒரே நேரத்தில் செய்வது என்னவோ குறைவுதான். ஆனால் பல நாட்களும் இப்படிச் செய்வதால் முடிகிற வேலையின் அளவு கணிசமாக இருக்கும். பணத்தில் செய்யும் சிறுசேமிப்பு போன்றதுதான் இதுவும். இப்படிப்பட்ட தங்களுக்கு உரிய, சிறிது சிறிதாகச் செய்யக் கூடிய வேலைகளை முன்கூட்டியே கண்டறிந்து வைத்துக்கொள்ளலாம்.

நேரமும் பணமும் ஒன்றேதான்

நேரத்தை ஆங்கிலத்தில் ரிசோர்ஸ் என்கிறார்கள். ரிசோர்ஸ் என்றால் வளம். தமிழிலும் அதேபோன்ற சரியான பொருள்தான். பலவற்றுக்கும் பயன்படுத்துவது. சுபிட்சத்துக்கும் முன்னேற்றத்துக்கும் அவசியம்.

கேப்பிடல்-ரெவின்யு செலவுகள்

நிறுவனங்களில் பணிபுரிபவர்களுக்குத் தெரியும். அங்கே செலவு செய்யப்படும் பணத்தை இரண்டு வகைகளாகப் பிரிப்பார்கள். ஒன்று கேப்பிடல் எக்ஸ்பென்சஸ்; மற்றொன்று ரெவின்யூ

எக்ஸ்பென்சஸ். கேப்பிடல் என்றால் முதல். அது காணாமல் போய்விடாது. மேலும் அது வருமானம் தரும். செலவுகளிலும் அப்படிப்பட்ட சில செலவுகள் உண்டு. அவைதான் கேப்பிடல் எக்ஸ்பென்சஸ்.

வருமானம் தரத்தக்க செலவா என்று குழப்பம் வரலாம். பிரயோகம் சரிதான். வருமானம் தரத்தக்க செலவுதான். கார் வாங்கி வீட்டு உபயோகத்துக்கு வைத்துக்கொண்டால் அது செலவு. அதே காரை டிராவல்ஸ் வைத்திருப்பவர் வாங்கினால்? அதுதான் வருமானம் தரும் செலவு. கார் வாடகைதான் வருமானம்.

கார் வாங்கப் பணம் செலவழிக்கவேண்டும். ஆனால் அது பலனுள்ள செலவு. ரெவின்யூ எக்ஸ்பென்ஸ் என்பவை செலவாகிப் போகிறவை. சொந்த உபயோகத்துக்குக் கார் வைத்துக்கொள்வது. அவற்றால் வருமானம் கிடையாது. அவை எல்லாமும் தவறு என்று சொல்ல முடியாது. சில அத்தியாவசியமான செலவுகளும் இருக்கலாம்.

இப்படி கேப்பிடல் எக்ஸ்பென்ஸ் போன்ற வருமானம் தரும் செலவுகள், நேரச் செலவழிப்பிலும் உண்டு. வேலை வாங்கித்தரக் கூடிய படிப்பு, வருமானம் பெற்றுத் தரத்தக்க வேலைகள் போன்ற வற்றில் செலவிடும் நேரம் முதலீடுதான். வேலை வாங்கிவிடலாம் என்று ஓட்டுநர் பள்ளிக்கு ஒரு மாதம் தவறாமல் செல்பவர் செய்வது நேரத்தைப் பொறுத்தவரை கேப்பிட்டல் எக்ஸ்பென்ஸ்.

சிலர் அவர்கள் மதிக்கும் கலைஞர்கள், திறமைசாலிகளுக்குக் கீழ் சாதாரண ஊதியத்துக்கு அல்லது ஒன்றும் இல்லாமலேயேகூட வேலை செய்வார்கள். சாதாரண எடுபிடி வேலைகள்கூட (பழங்காலத்தில் குருகுலங்களில் செய்வதுபோல) செய்வார்கள். அவையெல்லாம் நேர முதலீடுகள், அவர்களைப் பொறுத்தவரை, பின்னாளில் மிகப்பெரும் பலனளிக்க வல்லவை.

பிளான்-நான் பிளான் செலவுகள்

மத்திய, மாநில அரசுகள் அவற்றின் ஆண்டு வரவு - செலவுத் திட்டங்களை அறிவிக்கும்போது, செலவுகளை இரண்டாகப் பிரித்துச் சொல்வார்கள். ஒன்று, திட்டச் செலவுகள். மற்றொன்று திட்டம் சாரா செலவுகள் (திட்டமில்லாத என்று சொல்வது சரியாக இருக்காது).

அரசுகள் அறிவிக்கிற நலத்திட்டங்கள் எல்லாம் அவர்கள் சிந்தனை யின் விளைவு. எதைச் செய்யவேண்டும், செய்தால் என்ன நன்மை, அது எவ்வளவு அவசியம் என்றெல்லாம் யோசித்துத் திட்டம் தீட்டுகிறார்கள். அதற்கான செலவுகள் ஒருவகை. அரசாங்க ஊழியர்களுக்கான சம்பளம், அலுவலகங்கள் நடத்த ஆகிற செலவு, வாங்கிய கடனுக்குக் கட்ட வேண்டிய வட்டி முதலியவை நான்-பிளான், திட்டம் சாராத செலவுகள். (2012ஆம் ஆண்டுக்கான நடுவண் அரசின் பட்ஜெட் 5 லட்சத்து 21 ஆயிரம் கோடி ரூபாய் திட்டச் செலவாகவும், 9 லட்சத்து 69 ஆயிரம் கோடி ரூபாயைத் திட்டம் சாராத செலவாகவும் ஒதுக்கியிருந்தார்கள்).

திட்டச் செலவுகள் அதிகரிப்பதே பொருளாதார முன்னேற்றத்துக்கு நல்லது. அவைதான் வருங்கால முன்னேற்றத்துக்கு உதவுபவை. திட்டம் சாரா செலவுகள், வேறு வழியின்றிச் செய்யப்படுபவை. அவசியமாகவே இருந்தாலும் வருங்காலத்தில் அவற்றால் பலனில்லை.

நேரச் செலவழிப்பிலும் இப்படிப் பிரித்துப் பார்க்கலாம். நாம் என்ன செய்ய வேண்டும் என்ற திட்டமிட்டுச் செய்தவை (அதில் போன நேரம்) எவ்வளவு? தன்னிச்சையாகத் தூங்குவது, சாப்பிடுவது, சும்மா (வேறு வழியின்றி) இருப்பது, பொழுதுபோக்குவது போன்றவற்றில் போகும் நேரம் எவ்வளவு?

ஒரு நாளில் 24 மணி நேரத்தில் எந்த அளவு திட்டச் செலவு? எந்த அளவு திட்டம் சாரா செலவு? கணக்கிட்டுப் பார்க்கலாம். பார்த்தால், மாற்றி அமைக்கலாம்.

ஃபிஸ்கல் டிசிப்ளின்

தேசத்தின் அல்லது மாநிலத்தின் ஆண்டு வரவு என்ன? ஆண்டு செலவு என்ன? பற்றாக்குறை எவ்வளவு? இதனையும் பார்ப்பார்கள். வளருகிற பொருளாதாரத்தில், வருமானத்தைவிடச் சற்று கூடுதல் செலவு செய்யலாம்தான் (அது முதலீட்டு, திட்டச் செலவாக இருந்தால்). அதற்காகப் பற்றாக்குறை பட்ஜெட் போட்டு, கடன் வாங்கலாம்தான். அந்தப் பற்றாக்குறைகளுக்குப் பெயர் ஃபிஸ்கல் டெபாசிட் (Fiscal Deposit).

அது எவ்வளவு இருக்கலாம் என்கிற ஒரு கணக்கு இருக்கிறது. ஒரு குடும்பத்தில் பெற்றவர்களுக்கு வயது 44 மற்றும் 40.

அவர்களுடைய மூன்று பிள்ளைகளின் வயது முறையே 18,19 மற்றும் 20 என்றால், அந்தக் குடும்பம், அவர்களுடைய வரவைக் காட்டிலும் கூடுதலாகச் செலவு (படிப்பு போன்றவற்றுக்கு) செய்யலாம். காரணம் பின்னால் பல ஆண்டுகளுக்கு (பெற்றவர்களும் அவர்களின் பிள்ளைகளும்) சம்பாதிக்க இருக்கிறார்கள். அதனால் அந்தக் குடும்பம் கடன் வாங்கலாம், பரவாயில்லை.

ஆனால், பெற்றவர்கள் வயது 48 மற்றும் 49. அவர்களுக்குப் பிள்ளைகள் இல்லை. அல்லது பிள்ளைகள் சம்பாதித்துப் பெற்றோருக்குத் தருவதில்லை என்றால், அந்தக் குடும்பத் தலைவர், வரவுக்குள் செலவைக் கட்டுப்படுத்துவதே புத்திசாலித்தனம் இல்லையா?

அரசாங்கங்களின் ஃபிஸ்கல் டெஃபிசிட் அளவு நாட்டின் பொருளாதார அளவில் (GDP) 4 சதவீதம் இருக்கலாம் என்பது ஒரு கணக்கு.

ஒருவர் செய்கிற நேரச் செலவுகளுக்கும் அப்படி ஒரு கணக்கிருக்கலாம். நேரத்தைத்தான் கடன் வாங்க முடியாதே என்று கேட்டால், அதற்கு ஒரு வழி இருக்கிறது. நேற்றோ, சென்ற மாதமோ செய்ய வேண்டியவற்றைச் செய்யாமல் விட்டுவிட்டு, தற்சமயம் செய்து கொண்டிருப்பதற்குப் பெயர்தான் நேரக் கடன். அந்தச் சுமையை ஓரளவுக்கு மேல் ஏற்றுக்கொண்டு விடக்கூடாது. கடனை ஏற்றிக் கொண்டு விடக்கூடாது. அன்றன்றைய வேலைகளை அன்றன்றே முடித்துக் கொள்ளுதல், வரும் நாட்களில் செய்து கொள்ளலாம் என்று ஒத்திப்போடாமல் இருத்தலே ஃபிஸ்கல் டிசிப்ளின், ஒழுங்கு.

கேஷ் ஃப்ளோ

பணத்தைச் சரியாக நிர்வாகம் செய்வதில் மற்றொரு முக்கிய வழிமுறையும் உண்டு. சில நிறுவனங்கள் ஓர் ஆண்டு முழுக்க உற்பத்தி செய்யும். ஆனால், அவற்றை எல்லா நேரமும் விற்பனை செய்யமுடியாது. உதாரணத்துக்கு அது ரெஃப்ரிஜிரேட்டர் தயாரிக்கும் நிறுவனமாக இருந்தால் மழை, குளிர்காலங்களில் விற்பனை குறைவாகவே இருக்கும். ஆனால் அந்த நேரங்களில் நிறுவனம் வேறு செலவு ஏதும் செய்யாமல் இருக்கமுடியாது. நிறுவனத்துக்கு மாதாமாதம் செலவுக்குப் பணம் தேவைப்படும். அந்த நிறுவனங்கள் பொருட்களை விநியோகஸ்தர்களிடம் கடனுக்குத்தான் கொடுக்க

வேண்டியிருக்கும். விற்பனை முடிந்த பிறகுதான் பணம் கிடைக்கும். அப்படியாக அப்படிப்பட்ட நிறுவனங்களின் பணம் பொருட்களாக முடங்கிவிடும். வியாபாரங்களில் வரவு வருவது ஒரு நேரம், செலவு செய்ய வேண்டியிருப்பது வேறு நேரம். இரண்டையும் ஒருங்கிணைக்கவேண்டும். எங்கிருந்தாவது கடன் வாங்கி, மற்ற நேரம் டிப்பாசிட் போட்டு வைத்து, என்று எதாவது செய்ய வேண்டும். இப்படிச் சமாளிப்பதற்கு பெயர் கேஷ் ஃப்ளோ மேனேஜ்மென்ட். பண வரவு-செலவு-நிர்வாகம்.

நேர மேலாண்மையிலும் சில சமயங்களில் இந்தச் சிக்கல் வரலாம். தேர்வு சமயங்களில் எவ்வளவு நேரம் இருந்தாலும் மாணவர் களுக்குப் போதாது. மாத இறுதி சமயங்களில் தொழிலகங்கள், வியாபார நிறுவனங்களிலும் இதே நிலைதான். தேவைப்படும் உற்பத்திக்கு நேரம் அதிகம் தேவைப்படும். ஆனால் தினசரி கிடைப்பது என்னவோ ஒரே அளவாகத்தான் இருக்கமுடியும். என்ன செய்ய?

சேமிப்பும் முதல் உருவாக்குதலும்

2008-09ஆம் ஆண்டில் இந்தியர்களின் சேமிப்பு அவர்களுடைய வருமானத்தில் (தேசத்தின் ஜி.டி.பி.யில்) 32.4 சதவீதம். கிட்டத்தட்ட வருமானத்தில் மூன்றில் ஒரு பகுதி. அதேபோல வருமானத்தில் (ஜி.டி.பி.)யில் எவ்வளவு தொகை முதலீடாக மாற்றப்பட்டது என்றும் கணக்கிடுவார்கள். அதன் பெயர் கேப்பிடல் ஃபார்மேஷன். அதே 2008-09ஆம் ஆண்டில், இந்தியாவில், ஜி.டி.பி.யில் 34.9 சதவீதம் முதலீடாக்கப்பட்டிருக்கிறது.

நிறுவனங்களும் கூட இப்படி அவர்கள் லாபத்தில் ஒரு பகுதியை Reserves Surplus ஆகச் சேமிப்பார்கள். பின்பு உரிமைப் பங்கோ, டிவிடெண்டோ, இலவசப் பங்கோ வழங்கி, அதை முதலீடாக்கு வார்கள்.

நேரத்தையும் தனி மனிதர்களால் இப்படிச் சேமிக்க முடியும். பணத்தைப் போலவே நேரத்தை முதலீடாக்கவும் முடியும்.

முன்பு செய்ய வேண்டியவற்றைச் செய்யாமல் விட்டுவிட்டு, பின்னால் செய்தால், அதன் பெயர் கடன் என்று சொன்னோம். அதேபோல பின்னாட்களில் தேவைப்படுவனவற்றுக்காக இப்போதே நேரம் செலவழித்தால் அதுதான் சேமிப்பு.

இன்றைக்கு வேலைகளை எல்லாம் முடித்தாயிற்று. வேலையின்றி இருக்கிறோம். பின்பு, அடுத்த வாரம் வரவிருக்கும் விருந்தினர், அல்லது செய்து கொடுக்க வேண்டிய வேலை ஒன்று பற்றி நினைவு வருகிறது. அவ்வளவு கூட வேண்டாம். நாளை மறுநாள் அலுவலகம் போகும்போது எடுத்துக்கொள்ளவேண்டிய பொருட்களை எல்லாம் (கார், வண்டி சாவி, அலுவலக அடையாள அட்டை, அணிந்து கொள்ள வேண்டிய ஷூ, சட்டை, பேண்ட்ஸ்) எடுத்து வைக்கிறோம். இதற்கு ஆகக்கூடிய நேரம் ஒரு 20 நிமிடமாக இருக்கலாம். ஆனால் அது நாளைய வேலைதான். இன்றே செய்தால், நாளைய நேரம் கட்டாயம் மிச்சமாகிறது. நாளை கிடைக்கக்கூடிய நேரத்தில் எல்லாவற்றையும் செய்துவிட முடியாது. இப்படிச் சிலவற்றை நேரம் கிடைக்கும் போதெல்லாம் செய்கிறோம். இப்படிச் சிறுகச் சிறுகச் செய்வது நேரத்தில் சிறுசேமிப்பு.

விடுதியில் தங்கிப் படிக்கும் மாணவன் தினசரி தன் துணிகளைத் தானே துவைத்துக்கொள்ளவேண்டும். தேர்வு நேரத்துக்கு அதில் நேரம் செலவழிக்கமுடியாது. முன்கூட்டியே கூடுதல் துணிகளைத் துவைத்து சரிசெய்து வைத்துக்கொள்ளலாம். அதற்காக முன்கூட்டி நேரம் செலவழிக்கலாம். ஆனால் தேர்வு அன்று அந்த 'நேரச் செலவு' கூடாது. இப்படிப் பலவிதங்களிலும், பின்னால் தேவைப்படும் நேரத்தை முன்கூட்டி யோசித்துச் செலவழித்து வைத்துவிட முடியும். இது தான் சேமிப்பு.

ஆனாலும்கூட இவையெல்லாம் கேப்பிடல் எக்ஸ்பென்ஸ் அல்ல. ஒரு நாளுடன் அவற்றின் பலன் முடிந்துவிடும். தொடரக் கூடிய தொடர்ந்து வரக்கூடிய பயனுள்ள வேலைகள் செய்தால்தான் கேப்பிடல் ஃபார்மேஷன் ஆகும். அப்படியும் செய்ய முடியும்.

சில பிள்ளைகள் 11ஆம் வகுப்பு படிக்கிறபோது 12ஆம் வகுப்பு, பாடங்களையும் படித்து வருவார்கள். இது சேமிப்பு மற்றும் கேப்பிடல் ஃபார்மேஷன். காரணம் 12ஆம் வகுப்பில் பெறும் மதிப்பெண் பல ஆண்டுகளுக்குப் பின்னும் பலன் தருமே.

சில்லறை நேரத்தைச் சேமிப்பது

மொத்தமாகக் கேட்டால் என்னிடம் கிடையாது என்று சொல்பவர் கள் கூட, அவர்களிடம் இருக்கிற உபரித்தொகைகளை உண்டியல் போன்றவற்றில் போட்டு வைத்தால், அதுவே ஒரு நாள்,

கணிசமான தொகையாகச் சேர்ந்துவிடும். இது பணத்தைச் சிறுகச் சிறுகச் சேமிக்கும் முறை.

இதே முறையை நேரத்தைச் சேமிக்கவும் பயன்படுத்தலாம். ஒவ்வொரு தினத்திலும் எல்லா வேலைகளையும் செய்த பிறகும் (சில்லறைக் காசுகள் போல) சிறிது நேரம் மீதம் இருக்கும். சில்லறைக் காசுகள் சேமிக்கப்படுவதைப்போல, பலரும் சில்லறை நேரங்களைச் சேமிப்பதில்லை. முயன்றால் அதையும் சேமிக்க முடியும்.

எப்போது நேரம் கிடைத்தாலும் எந்த இடத்திலும் செய்யக்கூடிய, இடையில் நிறுத்திவிட்டு மீண்டும் தொடரக்கூடிய, (புத்தகம் படிப்பது, கைபேசிகளில் கால் ரிஜிஸ்டரைச் சரிசெய்வது போன்ற) வேலைகளைத் தனியே நேரம் எடுத்துச் செய்யவேண்டும் என்பதில்லை. கிடைக்கிற நேரமெல்லாம் சிறுகச் சிறுகச் செய்ய முடியும். உதாரணத்துக்கு விரும்பிப்பார்க்கிற தொலைக்காட்சிக்கு இடைஇடையே வருகிற விளம்பர இடைவேளைகளில் செய்யக் கூடிய சில வேலைகள் இப்படிச் செய்வன எல்லாம் சிறு (நேர) சேமிப்புதான்.

தவணைமுறை (EMI)

சிலரால் அவர்கள் மிகவும் விரும்புகிற சில பெரிய வேலைகளை முடிக்க முடியாமலேயே இருக்கும். அதற்குக் காரணம், தயக்கம். தவிர மலைப்பு. எவ்வளவு பெரிய வேலை! இதை எப்போது முடிப்பது, இதில் இன்னும் செய்ய எவ்வளவு இருக்கிறது! என்று நினைத்துத் தயக்கம் கொள்வார்கள். அதை முடிக்கும் ஆர்வம் வராது. அதனாலேயே அப்படிப்பட்ட முக்கியமான ஆனால் பெரிய நீண்ட காலம் எடுக்கக்கூடிய வேலைகளைத் தொடங்காமலேயே இருப்பார்கள்.

இந்த பிரச்னைக்குப் பெயர் தள்ளிப்போடும் மனப்பான்மை. புரோக்ராஸ்டினேஷன் (Procrastination). இதை உடைப்பதற்கும் வழி இருக்கிறது. 1960கள் எழுபதுகளில் எல்லாம் இப்போது இருக்கிற அளவு வீட்டுக் கடன்கள் கிடையாது. வீடு வாங்கவேண்டும் என்றால் சொத்து, பெரிய பணம் வைத்திருப்பவர்கள்தான் வாங்க முடியும். இப்போது இடம், நிலம் வாங்குவது மாதிரி சொந்தப் பணத்தை மொத்தமாகக் கொடுத்துதான் வாங்கவேண்டும்.

இவ்வளவு பணமா? என்னிடமா? நானா? என்பது போலப் பலரும் அந்த மொத்தத் தொகைகளை நினைத்து மலைப்பார்கள். ஆனால் இப்போது?

மாதம் இவ்வளவு ரூபாய் என்று இத்தனை மாதங்களுக்குக் கட்டினால் போதும் என்கிற ஈக்வேட்டட் மன்த்லி இன்ஸ்டால்மென்ட்ஸ் (EMI) நடைமுறைக்கு வந்துவிட்டது. 14 லட்சம் ரூபாய் கடன். மாதம் 18 ஆயிரம் வீதம் 300 மாதங்கள் (14 ஆண்டுகள்) கட்டினால் போதும்.

மொத்தமாகப் பதினைந்து லட்சம் என்கிற பெரிய தொகை ஏற்படுத்து கிற மலைப்பை, மாதம் 18 ஆயிரம் தவணைத் தொகை என்பது கொடுக்காது. இதே முறையை நேரச் செலவழிப்பிலும் பயன்படுத்த முடியும். அதன் பெயர் 'எலிஃபெண்ட் டெக்னிக்'. யானையைச் சாப்பிடும் முறை.

ஆயிரம் பக்கப் புத்தகத்தைப் படித்து முடிக்க வேண்டும் என்றால் எவருக்கும் மலைப்பாகத்தான் இருக்கும். மொத்தம் ஆயிரம் பக்கம் என்று அணுகுவதற்குப் பதில், தினம் 10 பக்கம் என்று 100 நாட்களில், அதே ஆயிரம் பக்கத்தை முடிக்கலாம். தினம் பத்தே பக்கம் என்கிற நினைப்பு 'EMI இவ்வளவுதான்' என்பது போலத் தெம்பு தரும். புத்தகம் படிப்பதை மட்டுமல்ல. எந்தப் பெரிய வேலையையும் இப்படிச் சிறு பகுதிகளாகப் பிரித்துச் செய்ய முடியும்.

கணக்குப் பார்ப்பது (Stock Taking)

வங்கிகளுக்கு ஆண்டுக்கு இருமுறை கட்டாய விடுமுறை கொடுப் பார்கள். செப்டம்பர் 30ஆம் தேதியும் ஏப்ரல் 1ஆம் தேதியும் தான் அந்த இரு நாட்கள். கணக்கு முடிப்பது என்பது அதற்கான காரணம். அரையாண்டுக் கணக்கு. ஆண்டுக் கணக்குகள் பார்ப்பது முடிப்பது பல ஆண்டுகளாக உள்ள வழக்கம்.

'அக்கவுண்ட்ஸ்'ல் மற்றொரு பழக்கமும் உண்டு. அதன் பெயர் 'ரெகன்சிலியேஷன்'. அதை, தமிழில் 'சரி பார்ப்பது' அல்லது 'ஒப்பிட்டுப் பார்ப்பது' என்று சொல்லலாம். இதையும் குறிப்பிட்ட காலத்துக்கு ஒருமுறை தவறாமல் நேரம் எடுத்துக்கொண்டு மெனக் கெட்டுச் செய்கிறார்கள்.

இவற்றைச் செய்வதால் அவர்களுக்கு வரவு கிடையாது. கூடுதல் வியாபாரம் செய்யக்கூடிய நேரம் இவற்றில் போகிறது. ஆனாலும் இவற்றை அவர்கள் விடாமல் செய்வது ஏன்? வங்கிகளில் மட்டு மில்லை. சில கடைகளிலும்கூட கதவைப் பாதி திறந்து வைத்து

விட்டு, அன்றைய வியாபாரத்தைத் தவிர்த்துவிட்டு, ஸ்டாக் எடுப்பார்கள். என்ன இருக்கிறது, எவ்வளவு இருக்கிறது என்று அளப்பார்கள் நிறுப்பார்கள், கணக்குப் பார்ப்பார்கள்.

வரும் வியாபாரத்தை விட்டுவிட்டு, முடிந்துபோன கணக்கைப் பார்ப்பது எதற்காக?

தொழிற்சாலைகளில் வருடாந்திரப் பராமரிப்பு என்று சில நாட்களுக்கு உற்பத்தியை நிறுத்தி வைத்துவிட்டு, இயந்திரங் களைப் பாகம் பாகமாகக் கழற்றி, எண்ணெய்விட்டு, சேதாரங் களைச் சரிசெய்து, பின்பு மாட்டுவார்கள்.

விற்கும் பொருளை உற்பத்தி செய்யாமல், பழுதடைந்து நிற்காத இயந்திரங்களைப் பிரித்துப்போட்டு, பராமரிப்பு வேலை செய்ய என்ன காரணம்?

எல்லாக் கேள்விகளுக்கும் ஒரே பதில்தான். இவற்றைச் செய்வதால், பின்னால் வரக்கூடிய, தொடரக்கூடிய குழப்பங்களை, சிக்கல்களை அவர்கள் தவிர்க்கிறார்கள்.

சுறுசுறுப்பாக நடக்கும் வங்கிகள், வியாபாரங்கள், தொழிற்சாலை கள் எல்லாம், குறிப்பிட்ட காலத்துக்கு ஒருமுறை, நின்று நிதானித்துத் தன்னைத்தானே கவனித்துக் கொண்டுவிட்டு, தங்கள் வேலையைத் தொடருகின்றன. அதன் மூலம் செய்துகொண்டிருப்பவை சரிதானா? ஏதேனும் மாறுதல்கள் தேவையா என்று சரி பார்த்துக்கொண்டு விட்டு அடுத்த அடியை எடுத்துவைக்கின்றன.

பரபரப்பாக இயங்கிக்கொண்டிருக்கும் நம்மில் பலரும்கூட இதைச் செய்ய வேண்டும். இந்த 'டேக்கிங் ஸ்டாக்' என்பது நமக்கும் பொருந்தும். குறிப்பிட்ட காலத்துக்கு ஒருமுறை என்ன செய்து கொண்டிருக்கிறோம்? எதனால் அதைச் செய்து கொண்டிருக்கிறோம்? என்று கொஞ்சம் நிதானமாகச் சிந்தித்துப் பார்த்துவிட்டு, பின்னர் செய்வதைத் தொடரலாம்; தேவைப்பட்டால் மாறுதல்கள் செய்யலாம்.

முன்பு பார்த்த ஓட்டப்பந்தய வீரரை நினைவிருக்கலாம். சற்று திசை மாறி ஓடியவர். மற்றவர்களைக் காட்டிலும் வேகமாக ஓடியும் பரிசைத் தவறவிட்டவர். வேகமாகச் செய்கிறேன், கூடுதலாகவே செய்கிறேன் என்பதற்கெல்லாம் வாழ்க்கைப் பந்தயத்திலும் பரிசுகள் கிடையாது. எதை நோக்கி ஓடுகிறோமென்பது முக்கியம். அதனால், ஓடுகிற திசை சரிதானா என்று அவ்வப்போது சரி பார்த்துக் கொள்ள வேண்டும். அதுதான் 'டேக்கிங் ஸ்டாக்'.

என்ன செய்கிறோம், எதற்காகச் செய்கிறோம் என்றே தெரியாமல் செய்வனவற்றால் வேண்டிய பலன் கிடைக்காது. Why we do what we do, Why we do the way we do என்று 'பிசினெஸ் பிராசஸ் ரீஇன்ஜினியரிங்'கில் இரண்டு கேள்விகள் உண்டு.

எதைச் செய்கிறோமோ அதை ஏன் செய்கிறோம்?

எதைச் செய்கிறோமோ அதை ஏன் அவ்விதமாகச் செய்கிறோம்?

இவைதான் அவ்வப்போது எவரும் தம்மைத்தாமே கேட்டுக் கொள்ள வேண்டிய கேள்விகள். கால மாற்றத்தால், சூழ்நிலை மாற்றத்தால், வசதிகளின் பெருக்கத்தால், இன்னும் ஏனைய காரணங்களால், நாம் செய்பவனவற்றில் செய்யும் முறைகளில் மாற்றம் தேவைப்படலாம். அது தெரியாமல் பழைய முறையிலேயே செய்து கொண்டிருக்கக்கூடாது.

அவற்றைச் சரிபார்த்துக் கொள்ளத்தான், செய்வதைக் கொஞ்சம் நிறுத்திவிட்டு, 'ஸ்டாக்' எடுக்க வேண்டும் என்பது. இதைச் செய்வது எப்படி?

வியாபாரத்தில் கொடிகட்டிப் பறந்த தந்தையிடம், தன்னோடு பேசுவதற்குக் காசு கொடுத்து நேரம் கேட்ட பிள்ளையின் கதை தெரிந்திருக்கும். அதைவிடக் கொடுமை, நாமே நம்மிடம் நேரம் கேட்க வேண்டிய நிலைதான். சிலருடைய நிலைமை அப்படித்தான். அவர்கள் அவர்களுடன் பேசுவதில்லை. நல்லது கெட்டதை விவாதிப்பதில்லை. எடுத்தேன் கவிழ்த்தேன் என்று செய்கிறார்கள். தொடர்ந்து ஓடிக்கொண்டே இருக்கிறார்கள்.

நாம் நம்மோடு பேச வேண்டும். காலை நடை பயிற்சியின் போதோ, காலையிலோ, இரவிலோ படுக்கையில் படுத்தபடியோ அல்லது, பூங்கா போன்றவற்றில் அமர்ந்தபடியோ, அல்லது நம் அறையில் தனியாகவோ, நம்மோடு நாம் சத்தமின்றிப் பேசவேண்டும்.

என்ன செய்யவிரும்புகிறோம்? என்ன செய்து கொண்டிருக் கிறோம்? சரியாகத்தான் செய்கிறோமா? ஏதேனும் மாற்றங்கள் செய்துகொள்ள வேண்டுமா? யோசிக்க வேண்டும்.

தேவைப்பட்டால் ஒரு பேப்பர் பேனா வைத்துக்கொண்டு, எழுதியோ படமாக வரைந்தோகூட (ரிலேஷன்ஷிப் டயகிராம்) பார்க்கலாம். அப்படிச் செய்ய, நமக்கே நம் செயல்பாடுகளைப் பற்றி ஒரு முழுப் பரிமாணம், சரியான பார்வை கிடைக்கும்.

சரியாகப் போய்க்கொண்டிருப்பவை, சரி செய்ய வேண்டியவை பற்றியெல்லாம் தெரியவரும்.

பரபரப்பாக இருப்பது மட்டுமே சிறந்த நேர மேலாண்மை அல்ல. சில சமயங்களில் நிதானமாக இருப்பதும் நல்ல நேர மேலாண்மை தான். அதனால், சாலைகளில் அறிவிக்கப்படும் 'நில்-கவனி-செல்' போல, வாழ்க்கையிலும் குறிப்பிட்ட காலத்துக்கு ஒருமுறை, செய்ய வேண்டியது, நாம் செய்துகொண்டிருப்பனவற்றை, ஒரு கண்ணோட்டம் செய்தல்-ஸ்டாக் எடுத்தல்-செய்யத்தான் வேண்டும்.

எதைச் செய்வது, எதை விடுவது?

உங்களுடைய ஒரு மணி நேரத்துக்கான மதிப்பென்ன? என்று சிலரிடம் கேட்டால், அவர்கள் அதற்கு என்ன பதில் சொல்வார்கள்? எல்லோராலும் ஒரே பதிலைச் சொல்லமுடியாது. கேள்வி அதேதான் என்றாலும், இந்தக் கேள்விக்கான பதில் நபருக்கு நபர் மாறுபடும்.

ஆட்டோ ஓட்டுநராக இருப்பவர் ரூ.24 அல்லது 30 என்று சொல்லலாம். வங்கியிலோ வேறு ஏதாவது அலுவலகத்திலோ பணிபுரிபவர் (மாத ஊதியம் 14,000 என்றால்) ரூ.40 அல்லது 60 என்று சொல்லலாம். ஒரு திரைப்பட நடிகர் அல்லது நடிகை, அவருடைய ஒரு மணி நேரத்தின் மதிப்பு, ரூ.சில ஆயிரங்கள் என்று சொல்லலாம். சில பெரிய வியாபாரிகள், தொழில் அதிபர்கள், லட்சங்கள் என்றும் சொல்லலாம். ஆக, இதற்கான பதில், சொல்பவர் யார், அவர் என்ன வேலை அல்லது தொழில் செய்கிறார் என்பதைப் பொறுத்தது.

மணிக்கு இவ்வளவு ரூபாய் என்பது நேரத்தின் பண மதிப்பு. ஆட்டோ ஓட்டுநர் ஒரு நாள் தனக்கு உடல் நிலை சரியில்லை என்று வண்டியை எடுக்காவிட்டால், 200, அல்லது 240 ரூபாய் இழப்பார். வங்கிப் பணியாளர், இல்லாத விடுப்பை எடுக்க நேர்ந்தால், அவர் 'லாஸ் ஆஃப் பே' முறையில் ஒரு நாள் ஊதியத்தைத் தவறவிட நேரிடும். ஒரு வியாபாரி, சந்தையில் இருக்கும் தன்னுடைய கடையை, ஏதோ காரணங்களுக்காக ஒரு சில மணிநேரங்கள் திறக்க முடியாமல் போனால், அந்த நேரம் நடக்கக்கூடிய வியாபாரத்தை யும், அதனால் கிடைக்கக் கூடிய முழு லாபத்தையும் இழப்பார்.

இப்படியாகத் தன்னிடம் இருக்கும் நேரம் என்கிற வளத்தின், பண மதிப்பைக் கணக்கிடுவது ஒரு முறை. இதைச் சிலர் செய்கிறார்கள். அவர்கள் நேரத்தின் மதிப்பு தெரிந்தவர்கள். நேரத்தை வீணாக்க மாட்டார்கள். நேர மேலாண்மையில் இது ஒரு கட்டம்.

இதற்கும் அடுத்த கட்டம் ஒன்று உண்டு. அது, தன்னிடம் இருக்கும் நேரத்துக்கு என்ன என்ன வாய்ப்புகள் இருக்கின்றன, அதில் மிகச் சிறந்ததைத்தான் நாம் பயன்படுத்துகிறோமோ என்று ஆராய்ந்து பார்ப்பது. தேர்ந்து பயன்படுத்துவது.

கணக்கியலில் ‘ஆப்பர்சூனிடி காஸ்ட்’ என்று ஒரு பதம் உண்டு. அதை ‘வாய்ப்பின் விலை’ என்று தமிழில் சொல்லலாம்.

ஒரு வீட்டுக்குப் போகிறோம். வரவேற்கிறார்கள். அமரச் சொல்கிறார்கள். பின்பு என்ன சாப்பிடுகிறீர்கள்? காபியா டீயா என்று கேட்கிறார்கள்.

காபி என்று சொல்லலாம். சொன்னால், காபி கிடைக்கும். பருகலாம், சுவையை ரசிக்கலாம். இது ஒரு ஆபர்சூனிட்டி, வாய்ப்பு. அதே சமயம், காபி என்று சொல்வதன் மூலம், அவ்வீட்டில் அந்நேரம் டீ பருகும் வாய்ப்பைத் தவறவிடுகிறோம். இது இழப்பு. தவற விடுவதால், விலைக்கு ஒப்ப டீ என்று சொல்லியிருந்தால், டீ குடிப்பது வாய்ப்பு. காபியைக் குடிக்காமல் விடுவது அதற்குக் கொடுக்கும் விலை.

ஒரு கூட்டத்துக்குப் போகிறோம். கூட்டம் முடிந்ததும் சாப்பாடு. சிலர் சாப்பிட விரைவார்கள். வேறு சிலர் மேடையில் பேசியவரைச் சந்தித்து, தனியாக ஒன்றிரண்டு வார்த்தைகள் பேச விரைவார்கள். அப்போதுதான் அவரைப் பார்க்கலாம், பேசலாம். அது ஒரு அரிய சந்தர்ப்பம். ஆனால் அதற்கு விலை, தாமதமாகச் சாப்பிடப் போய், சில உணவு வகைகளைத் தவறவிட நேரிடுவது.

எது வாய்ப்பு அல்லது எது விலை என்பது நபருக்கு நபர், சூழ்நிலைக்குச் சூழ்நிலை மாறுபடும்.

‘+2 வுக்குப் பிறகு என்ன படிப்பில் சேர்ந்து படிக்கலாம்?’

‘பொறியியல்.’

‘எவ்வளவு ஆண்டுகள்?’

‘நான்கு ஆண்டுகள்.’

அப்படி என்றால், அதே நேரம், கல்லூரியில் சேர்ந்து படிக்கக்கூடிய மருத்துவம் அல்லது விஞ்ஞானம் அல்லது தத்துவப்பாடம் அல்லது மொழியியல் என்று வேறு சிலவற்றைப் படிக்க முடியாமல் போகிறது.

படிப்பதற்கு எத்தனையோ வாய்ப்புகள் இருக்கின்றன. ஒன்றைத் தேர்வு செய்வதன் மூலம் பிறவற்றைத் தள்ளுகிறோம்; தவற விடுகிறோம்.

எல்லாவற்றையும் தேர்வு செய்ய முடியாது. ஒன்றைத்தான், சில வற்றைத்தான் என்பனவே சாத்தியம். அப்படி என்றால், சரியாகத் தேர்வு செய்ய வேண்டும்.

ஒருவர் சின்ன வயதில் நிறைய திரைப்படங்கள் பார்த்தார். விளைவு என்ன? நட்டம்தான். என்ன நட்டம்? பணம். பணம் மட்டுமா? நேரமும்தான்.

பாடங்களைப் படிக்கிற நேரம் போனால்... அது ஆப்பர்சூனிட்டி லாஸ்ட்.

'கான்ஃபிரன்ஸ்' அல்லது ஒரு 'செமினார்'க்குப் போகிறோம். யாரோடு பேசுகிறோம்? சாப்பிட அழைக்கிறார்கள். சாப்பிடுகிற நேரமா அது? மீட்டிங் டைம் அல்லவா? முக்கியமானவர்களை சுலபமாகச் சந்திக்கக்கூடிய நேரமாயிற்றே!

அவர்களிடம் அது போன்று சமயங்களில், என்ன பேச வேண்டும், எவற்றைக் கேட்க வேண்டும் என்றெல்லாம் முன்கூட்டியே திட்ட மிட்டுக்கொண்டிருக்கலாம்.

என்ன என்ன வாய்ப்புகள் இருக்கின்றன என்று தெரிய வேண்டும். சிலவற்றை மீண்டும் செய்ய முடியாது. நேரம் கிடைக்காது. சிலர் விசேஷங்களில், பஃபே முறையில் உணவு வழங்கப்பட்டால், வழக்கமாகச் சாப்பிடாதது எதுவும் அங்கே வைக்கப்பட்டிருந்தால் சிலர் அவற்றைத்தான் சாப்பிடுவார்கள். சாதாரணமாகக் கிடைக்காதது அங்கே கிடைக்கிறது. அங்கே போயும் ஏன் வழக்கமாகச் சாப்பிடுவதையே எடுக்கவேண்டும்? அப்படிச் செய்தால் அது ஆப்பர்சூனிட்டி லாஸ்ட் என்று நினைப்பார்கள். எது வேறு எங்கும் கிடைக்காது என்பதைத் தெரிந்து வைத்திருக்கவேண்டும்.

புதிதாக வேலைக்குச் சேருகிறோம். என்ன சந்தேகம் கேட்டாலும் சொல்லிக்கொடுப்பார்கள், 'அட இது தெரியாதா!' என்று ஆரம்ப நாட்களில் கேலி பேசமாட்டார்கள்.

'வயதுக்குத் தக்க' என்பார்கள். சிலவற்றைப் பின்னால் செய்ய முடியாது. உடம்பில் வலு இருக்கிறபோதுதான் சிலவற்றைச் செய்ய முடியும். சில நேரங்கள் என்பன தங்கத்திலும் தங்கமானவை.

போனால் வராது, பொழுதுபட்டால் நிற்காது. பின்னால் கிடைக்கவே கிடைக்காது.

விபத்துக்குப் பிறகு உடனடியாக இருக்கும் நேரங்களை கோல்டன் அவர்ஸ் என்பார்கள். உடனடி சிகிச்சையளிக்காமல், நேரத்தைத் தாமதிக்க, தாமதிக்க, அதனால் பெரிய நட்டம்தான். ‘சே! ஒரு பத்து நிமிடம் முன்பாக வந்திருந்தால் உயிரைக் காப்பாற்றியிருக்கலாமே!’ என்று மருத்துவர் சொல்லக் கேட்டால் எப்படியிருக்கும்! எல்லா நேரத்துக்கும் ஒரே அளவு மதிப்பில்லை.

மூன்று மணி நேரத்தின் மதிப்பென்ன? மூன்று மணி நேரமென்றால் இரண்டு விஷயங்கள் நினைவுக்கு வரலாம். ஒன்று, திரைப்படம்; இரண்டாவது. தேர்வு எழுதும் நேரத்தின் அளவு.

தேர்வு நடப்பதற்கு முந்தைய காலம். ஓர் ஆண்டு காலம். அந்தக் காலகட்டத்தில் வரும் பல மூன்று மணி நேரங்களின் மதிப்பென்ன? தேர்வுக்கு ஒரு மாதம் முன்பு? தேர்வு எழுதும் அந்த மூன்று மணி நேரத்திற்கான மதிப்பென்ன? அது +2 தேர்வு என்றால் அதுதானே மீதி வாழ்க்கையையும் தீர்மானிக்கக்கூடிய நேரம். அதைத் தவற விடமுடியுமா?

தேர்வோ, தேர்தலோ, திருமணமோ, திருவிழாவோ, வார, மாத, தினசரி பத்திரிகைகள் முடித்து அச்சடிக்க அனுப்ப வேண்டிய நேரமோ எதுவாக இருந்தாலும் உச்சகட்ட நேரங்களின் மதிப்பே தனிதான்.

எல்லாம் ஒன்றல்ல

வேலைகளில் Variations; Similarities உண்டு... செய்கிற வேலைகளில் செலவாகிற நேரத்தைக் குறைத்து, மீதமாகும் நேரத்தில், வேறு பயனுள்ள வேலைகளைச் செய்யவேண்டும். இதுதான் நமது நோக்கம். இதைச் செய்யக்கூடிய பல்வேறு வழி முறைகளை ஒவ்வொன்றாகப் பார்த்துவருகிறோம்.

எல்லா வேலைகளும் ஒரே அளவு முக்கியமானது அல்ல என்பதையும் அதன் காரணமாக எல்லா வேலைகளையும் ஒரே அளவு கவனமாகச் செய்யவேண்டியதில்லை என்பதையும் முன்பே பார்த்தாகிவிட்டது. இதன் பொருட்டே நல்ல அளவு நேர மிச்சம் கிடைக்கும்.

அடுத்து, இன்னும் அதிக நேரத்தை மீதம் செய்ய முடியுமா? (ஈரத் துண்டை இன்னும் இறுக்கமாகப் பிழிந்து தண்ணீரை அகற்றுவதைப் போல!) என்று பார்க்கலாம்.

முக்கியமான வேலையைச் செய்கிறோம். அதை அதிகக் கவனத்துடன்தான் செய்தாகவேண்டும். செய்வோம். ஆனாலும் அதிலும்கூட நேரத்தை மீதம் செய்ய முடியும். செய்யும் பல வேலைகளை முக்கியத்தின் அடைப்படையில் தரம் பிரிப்பது போலவே, ஒரு வேலையையே பல சிறு பகுதிகளாக (கூறுகளாக) பிரிக்கலாம். முழு வேலைக்கும் பெயர் 'ஒர்க்'. அதன் சிறிய உட்பகுதிகளுக்குப் பெயர் டாஸ்க் (Task). இனி அந்தப் பல 'டாஸ்க்' குகளில் எவற்றை மட்டும் கூடுதல் கவனத்துடன் செய்தால் போதும் என்று பார்க்கவேண்டும். மற்றவற்றைச் செய்யும் நேரத்தில் வேகமாகச் செய்து அதன் மூலம் காலமிச்சம் செய்யலாம்.

வளர்ந்த நாடுகளுக்குப் போய் வந்தவர்கள் சொல்லுவதைக் கேட்டிருக் கலாம். அங்கே அமைக்கப்பட்டிருக்கும் சில துரிதப்போக்குவரத்து சாலைகள் (ஆட்டோபான், எக்ஸ்பிரஸ் காரிடார்). பல கி.மீ. தூரங் களுக்கு, இழுத்துவிட்ட நேர்கோடுகள் போல இருக்கும். குண்டு குழிகள், ஏற்ற இறக்கங்கள் இல்லாத வாகனப் பாதைகளாக ஓட்டுபவர்களுக்குச் சிரமம் ஏதும் கொடுக்காத ஓடு பாதைகளாக அவை செய்யப்பட்டிருக்கும்.

அப்படிப்பட்ட சாலைகள் நெடுக்குப் போக்கில் பல பிரிவுகளாகப் பிரிக்கப்பட்டு, ஒவ்வொரு பாதைக்கும் என்று (அதிகபட்சமல்ல) குறைந்த பட்ச வேகம் அறிவிக்கப்பட்டிருக்கும். அந்தப் பாதையில் செல்கின்ற அனைத்து வாகனங்களுமே அந்தக் குறிப்பிட்ட வேகத்தில்தான் சென்றாகவேண்டும். அப்படிப்பட்ட சாலைகளில் வாகனம் ஓட்டுவதற்கும், (உதாரணத்துக்கு) கோவை ராஜ வீதி அல்லது சென்னை மைலாப்பூர் மாட வீதிகளிலோ வாகனங்கள் ஓட்டுவதற்கும் என்ன வேறுபாடுகள் இருக்க முடியும்?

அங்கே துரிதப் போக்குவரத்து சாலைகளில் வண்டிகள் ஓட்டுவது எளிதாக இருப்பதற்குக் காரணம், ஊகிக்கத் தக்க வகையில்தான் அனைவரும் வாகனங்களை ஓட்டுவார்கள். எதிர்பாராத சூழல்கள், நிமிடத்துக்கு நிமிடம் ஸ்டியரிங்கையும் கிளட்சையும் மாற்ற வேண்டிய அவசியம், பிரேக்கைப் பயன்படுத்த வேண்டிய தேவை போன்றவை வராது. அப்படியென்றால், ஏறி அமர்ந்து, ஓட்டத் துவங்கியதும் என்ன செய்கிறோமோ அதுதான் அதிக நேரத்துக்கு.

கப்பலை ஒரு பாதையில் திருப்பி ஓடவைத்தபின், மாலுமி புத்தகம் கூடப் படிக்கலாம். பாட்டுக் கேட்கலாம். பெரிதாகத் தவறு ஏதும் நிகழ்ந்துவிடாது.

ஆனால், நம் நாட்டில் மட்டுமல்ல. எந்த நெரிசல் மிகுந்த சாலையில் வண்டி ஓட்டுவதென்றாலும் மிகவும் கவனமாகவே ஓட்ட வேண்டியிருக்கும். காரணம், வேலையில் தொடர்ந்து தேவைக்கு ஏற்ப செய்ய வேண்டிய மாறுதல்கள். இதுதான் நாம் தினசரி செய்கிற, செய்ய வேண்டிய வேலைகளில் கண்டுபிடிக்க வேண்டிய விஷயம். எந்தப் பகுதிகள் அதிக மாறுபாடுகள் இல்லாமல் செய்ய வேண்டியவை? எவை அடிக்கடி, பார்த்துப் பார்த்து மாறுபாடுகள் செய்ய வேண்டிய வேலைகள்? அல்லது வேறுபாடு காட்ட வேண்டிய வேலையின் உட் பகுதிகள்? வேலைகளில், வேலைப் பகுதிகளுக்கிடையே (Tasks-ல்) உள்ள மாறுபாடுகளும் ஒற்றுமைகளும் (Variations Similarities) என்ன என்ன?

பெண்கள் பூ கட்டுவதைப் பார்த்திருக்கலாம். பேசிக்கொண்டே கட்டுவார்கள். எவருடன் பேசுகிறார்களோ அவர்கள் முகத்தைப் பார்த்துக்கொண்டே, சுலபமாக, வேகமாகக் கட்டுவார்கள். காரணம் அந்த வேலை ஒரே மாதிரியானது. இரண்டு மல்லிகைப் பூக்களை எடுக்க வேண்டியது. ஒன்றுக்கு ஒன்று எதிர் எதிராகச் சேர்த்துவைத்து, காம்புகளை நாராலோ, நூலாலோ கட்ட வேண்டியது. மீண்டும் இரண்டு பூக்கள். அடுக்கல், கட்டல். விரல்கள் தொடர்ந்து விளையாடும். வேகம் காட்டும். இது, அந்த வேலையில் இருக்கும் ஒரே மாதிரியான 'டாஸ்க்' குகள். இதுதான் வேலையில் மிகவும் அதிகமான பகுதி.

திடீரெனப் பேச்சில் இருந்து அவர்களின் கவனம் மாறும். இப்போது கட்டிய பூச்சரத்தை உயர்த்திப் பிடித்து, அதன் நீளத்தை, எவ்வளவு வந்திருக்கிறது, சரியாக வந்திருக்கிறதா என்றெல்லாம் ஒரு பார்வை பார்த்துக்கொள்ளுவார்கள். அல்லது, பூக்குவியலைக் கைகளால் நிரவி விடுவார்கள். அல்லது பூக்களின் மீது கொஞ்சம் தண்ணீர் தெளிப்பார்கள். இவற்றைத் தேவைப்படும்போது, தேவைப்படும் அளவு மட்டுமே செய்வார்கள்.

பூக் கட்டல் வேலையில், இந்தச் சில பகுதிகள் (டாஸ்க்குகள்) தான் மாறுபாடான (Variation) பகுதிகள். வாகனங்கள் ஓட்டுவது, பூக்கட்டுவது எல்லாம் உதாரணங்கள்தான். நேரத்தை மிச்சம் செய்ய வேண்டியது இதில் மட்டுமல்ல. இதே அணுகுமுறையைப்

பயன்படுத்தி, நாம் செய்கிற அலுவலக வேலைகள், வீட்டு வேலைகள், தொழிற்சாலை வேலைகள் எனப் பலவற்றிலும் நேரத்தை மிச்சம் செய்யலாம்.

அதற்கு முதலில் அர்த்தமுள்ள முழுமையான 'டாஸ்க்'குகளாகப் பிரித்துக்கொள்ளவேண்டும். அதன் பிறகு, அவற்றில் ஒரேபோல இருக்கும் வேலைகளையும், வேறுபாடான வேலைகளையும் பகுப்பு செய்யவேண்டும். பகுப்பின்மூலம் அதிகக் கவனமின்றிச் செய்யக் கூடிய பகுதிகளைக் கண்டறிந்து, அவற்றை வேகமாகவோ அல்லது அவற்றைச் செய்யும் போது, கூடவே வேறு சில அதிக முக்கிய மில்லாத மற்றும் அதிக ஒரே மாதிரி இருக்கும் வேலைகளையும் 'மல்டி டாஸ்கிங்' ஆகச் செய்யலாம். நேரத்தை மிதப்படுத்தலாம்.

எல்லா நேரமும் சுருக்கமாக அல்ல

சுருங்கச் சொல்லி விளங்கவைப்பது என்பார்கள். திருக்குறள், ஆத்திச்சூடி போன்றவை அதற்குச் சிறந்த எடுத்துக்காட்டுகள். ரத்தினச் சுருக்கமாகப் பேசுவது, பட்டுக் கத்தரித்தது போலப்பேசுவது எல்லாம் கூட இதே வகையைச் சேர்ந்ததுதான்.

குறைவாகப் பேசுவதன் மூலம், சுருக்கமாகத் தெரிவிப்பதன் மூலம் என்ன நடக்கிறது? நமக்குத் தெரியாததா என்ன? சிக்கனமான பேச்சு நேரத்தை மீதம் செய்து தருகிறது. மீதமாகும் நேரம் வேறு ஒன்றுக்குப் பயன்படுகிறது.

அப்படியென்றால், எல்லோருமே முயன்று, இயன்றவரை சுருக்க மாகச் சொல்லிவிட்டுப் போகலாமா? 'வந்தான் ராமன்', 'கண்டேன் சீதையை', 'To be or not to be?' என்பதைப்போல ஒன்றிரண்டு வார்த்தைகள் போதுமா? 'அறஞ்செய விரும்பு', 'ஊக்கமது கைவிடேல்' என்பதுபோலப் பொட்டில் அடித்தாற்போல, நறுக்கென்று சொன்னால் போதுமா?

ஆமாம் அதில் என்ன சந்தேகம் என்று கேட்கலாம்.

கொஞ்சம் பொறுப்போம். இதன் மறுபக்கத்தையும் பார்ப்போம். பின் ஒரு முடிவுக்கு வருவோம்.

பல தொலைக்காட்சிகளிலும் நடனம் மற்றும் பாட்டுப் பாடும் நிகழ்ச்சிகளை ஒளிபரப்புகிறார்கள். போட்டிகள். அதில் கலந்து கொள்ளுபவர்கள் வெற்றிபெற, தங்களின் திறமைகளை வெளிப்

படுத்துகிறார்கள். அவர்கள் ஒரு பக்கம். மற்றொரு பக்கம், அவர்கள் என்ன செய்தார்கள், எப்படி செய்தார்கள் என்பன குறித்துக் கருத்துகள் தெரிவிக்கிற நடுவர்கள். அந்த நிகழ்ச்சிகளைச் சிலமுறை பார்த்தபோது, நான் அதிகம் கவனித்தது நடுவர்களின் பேச்சைத்தான்.

பேச்சென்றால், போட்டியாளர்களின் செயல்பாடு குறித்து நடுவர்கள் சொல்லும் கருத்துகள். அந்த நடனப் போட்டிகளைப் பார்த்த போதுதான் நடனத்தில் எவ்வளவு நுணுக்கங்கள் இருக்கின்றன என்பது எனக்குத் தெரியவந்தது! விவரம் அறிந்த நடுவர்களின் கருத்துகளைக் கேட்டபின்தான், நடனமாடுகிறேன் என்று சிலர் கைகால்களை வெறுமனே வீசுகிறார்கள் என்பதும், வேறு சிலர் நளினமாகத் தேவையான விதம் 'ஆடுகிறார்கள்' என்பதும் புரிந்தது. ஆடுவதிலே ஒரு Grace இருக்கவேண்டும் என்பதை யெல்லாம் அறிந்துகொள்ளமுடிந்தது. அவ்வளவு விவரங்களைச் சொல்லுகிறார்கள். ஆமாம். அதுதான் சரியான சொல், முக்கியமான சொல். 'டீடெய்ல்ஸ்', விவரங்கள்.

சில நடுவர்கள் பேசுவதைக் கேட்டால், 'அட! என்னமாக, எவ்வளவு சரியாகச் சொல்கிறார்கள்! இன்னும் கொஞ்சம் சொல்லமாட்டார்களா' என்று கூடத் தோன்றுமளவு இருந்தது. பார்க்கிற நமக்கே, போட்டியின் முடிவால் பாதிக்கப்படப் போகாத நமக்கே இவ்வளவு தோன்றினால், அந்தப் பிள்ளைகளுக்கு எவ்வளவு தோன்றும்? தாங்கள் எப்படி ஆடினோம் அல்லது பாடினோம் என்று தெரிந்துகொள்ள முழுமை யாக, விவரமாகத் தெரிந்துகொள்ள எவ்வளவு ஆர்வமிருக்கும்!

அந்த நடுவர்கள் 'நன்று' என்றோ, 'சுமார்' என்றோ சுருக்கமாக ஒற்றை வார்த்தையில் முடித்துக்கொண்டால், அங்கே என்ன ஆகும்?

கேட்பவரின் தேவை மட்டுமல்ல, சொல்பவரின் தேவையும் நிறைவேறாது. எவ்வளவோ கவனித்து, குறிப்பெடுத்து, புரிந்து கொண்டு பின்பு அவற்றைச் சொல்லாமல்விட்டால் எப்படி? நல்ல விவரமான நடுவர் என்கிற பெயரும் கிடைக்காமல் போகும்.

ஆக, நேர மிச்சம் என்பது எல்லா இடங்களிலும் சிறந்த மேலாண்மை யாகாது. செய்வன திருந்தச் செய் என்பது பழமொழிதான். அப்படித் தவறாகச் செய்வதைக் காட்டிலும் செய்யாமல் போவதே மேல்.

சிலவற்றைத் தேவையான அளவு நேரம் எடுத்துதான் செய்ய வேண்டும். அந்தக் கவனமும் முயற்சியும் அவசியம்.

நமக்கு நேரமில்லை, பற்றாக்குறை என்பதா நாம் எவ்வளவு சொல்லவேண்டும் என்பதைத் தீர்மானிப்பது?

ஒரே கேரட்தான் (காய்கறி). அதைப் பச்சையாகவும் சாப்பிடலாம். சிலர் முழு கேரட்டையும் சுலபமாகக் கடித்தே சாப்பிட்டு விடுவார்கள். அவர்களுக்குப் பிரச்னையில்லை. அதனால் எல்லோருக்கும் அப்படிக் கொடுக்க முடியுமா? குழந்தைகளுக்குக் கேரட்டை வேகவைத்து, குழைத்துக் கொடுக்க வேண்டும். சில வயதானவர்களுக்கு வேகவைக்கவேண்டாம். ஆனால் துருவிக் கொடுக்கவேண்டும். இன்னும் சிலருக்குச் சிறு துண்டங்களாக வெட்டிக் கொடுக்க வேண்டும். சாறு எடுத்துக் கொடுக்க வேண்டிய சிலரும் இருக்கலாம்.

யாருக்கு எது சரி என்பது அவர்களின் வயது, பற்களின் உறுதி, செரிமான சக்தி, ரசனை போன்றவற்றைப் பொறுத்தது அல்லவா? நாம் கொடுக்கிற தகவல்களும் அப்படித்தான். எல்லோராலும் எல்லாவற்றையும் நாம் நினைக்கும்விதம் புரிந்துகொள்ளமுடியாது. ஆளுக்குத் தகுந்தாற்போலதான் பேச, தெரிவிக்க வேண்டும். விவரம் தெரிந்தவர்களுக்கு அதிகம் விளக்கிச் சொன்னால் எரிச்சல் அடைவார்கள். தெரியாதவர்களுக்குச் சுருங்கச் சொன்னால், புரியாது. நேர மிச்சம் என்று நினைத்துத் தேவையான அளவு விவரங்களுடன் தெரிவிக்காவிட்டால், குழப்பங்கள் மட்டுமல்ல, இழப்புகளும் வரலாம். அதே வேலையை மீண்டும் செய்ய வேண்டி வரலாம். நேரம் மீதம் என்று நினைக்கப்போய், கூடுதல் நேரம் (Rework) செலவழிப்பது புத்திசாலித்தனமில்லையே!

எந்த அளவு சொல்வது என்பது கேட்பவரின் தேவையைப் பொறுத்தது என்பதை நினைவில் வைத்துக்கொள்வதும் கூட நேர மேலாண்மை வழிகளில் ஒன்றுதான்.

சொல்வது, தெரிவிப்பது போன்றவை தவிர, கற்றுக் கொள்வதிலும் இந்தக் கவனமும் அணுகுமுறையும் தேவை. சரியாகப் பாட முடியாமல், ஆட முடியாமல் அதனால் தேர்வாகாமல் வெளியேறும் போட்டியாளர்களின் பிரச்னை என்ன?

ஆட்டம், பாட்டு போன்றவற்றில் மட்டுமில்லை, கற்றுக்கொள்ள வேண்டிய எல்லாவற்றிலுமே கடைபிடிக்கவேண்டிய ஒன்று: போதிய அளவு நேரம் எடுத்துக்கொள்வது. கற்றுக்கொள்வதில் வேகம் முக்கியமில்லை. அங்கே நேரச்சிக்கனம் என்பதைவிட, முழுமையாகக் கற்றுக்கொள்ளவேண்டும், சரியாகக் கற்றுக்கொள்ள வேண்டும் என்பதே முக்கியம்.

கற்பது, பயிற்சி செய்வது, செயல்படுத்துவது என்று மூன்று நிலைகள் உள்ளன. முதலிரண்டில் நேரச் சிக்கனம் என்பதைக் காட்டிலும், முழுமை மற்றும் தேவையான அளவு என்பவைதான் முக்கியம். அவற்றைச் சரியாகச் செய்துவிட்டால் மூன்றாவதான, செயல் பாட்டில் குறையே வராது. வெற்றிதான். அங்கே வேகம் காட்டலாம். சிக்கனம் செய்யலாம்.

ஆக, எல்லா இடங்களிலும் எல்லா வேலைகளிலும் நேர அளவு மட்டுமே பார்த்து அவசரம் காட்டுவது பயன் தரும் நேர மேலாண்மை அல்ல.

கவனக் குவிப்பு

காலை மணி ஆறு. மருத்துவமனை அறுவை சிகிச்சை அறை பரபரப்பாக இருக்கிறது. பல மானிட்டர்கள், எந்திரங்கள், உபகரணங்கள் இயங்கிக் கொண்டிருக்கின்றன. வாயில் பச்சைத் துணி கட்டிக்கொண்டு, உடம்பு முழுவதையும் மூடும் பச்சை வர்ண அங்கி அணிந்துகொண்டு, பத்துக்கும் அதிகமான நபர்கள் அங்கு இருக்கிறார்கள். அவர்களில் சிலர் மருத்துவர்கள்; மற்றவர்கள் உதவியாளர்கள்.

அறைக்கதவுகள் மூடப்படுகின்றன. அது ஒரு இதயமாற்று அறுவை சிகிச்சை. ரணசிகிச்சை தொடங்குகிறது. மணி எட்டு. ஒன்பது. பத்து. பதினொன்று, பன்னிரண்டு. மிகக் கவனமாகத் தொடருகிறது. வேலை. தொடர்ந்து நடக்கும் வேலையின் இடையே அவர்கள் எவரும் தண்ணீர் கூடக் குடித்தார்களா என்று கூடத் தெரியாது.

மணி ஒன்று. தையல் போட்டு முடித்துவிட்டு, வெளியேறுகிறார் கள். அதன் பிறகுதான் அமர்கிறார்கள். உணவருந்துகிறார்கள்.

ஆமாம், இது எதற்கான உதாரணம்? மருத்துவர்களின் சிறப்பான வேலை பற்றியதா? வேலை சிறப்பானதுதான். ஆனால் உதாரணம் வேறு ஒன்றுக்கானது. எப்படி கவனம் மாறாமல், ஒரு குறிப்பிட்ட வேலையை பல மணிநேரம் தொடர்ந்து செய்கிறார்கள் என்பதற்கான உதாரணம். எடுத்துக்கொண்ட வேலையை முடிக்கிற வரை, உடல் வலி, பசி, தூக்கம், மற்றவர் செய்யும் அவமதிப்புகள் போன்ற எதையும் பொருட்படுத்தாமல் இருப்பது என்பதை,

மெய் வருத்தம் பாரார், பசி நோக்கர், கண் துஞ்சார்
எவ்வெவர் தீமையும் மேற்கொள்ளார், செவ்வி
அருமையும் பாரார், அவமதிப்பும் கொள்ளார்
கருமமே கண்ணாயினார்

என்பார் குமரகுருபரர். கருமம் என்றால் செய்கிற வேலை. கண்கள், காதுகள், மனது, மூளை என்று எல்லாப் புலன்களையும் ஒரே ஒரு செயலின் மீதுவைப்பது. எடுத்துக்கொண்ட அந்த ஒரு செயலை வெற்றிகரமாக முடிப்பதிலேயே குறியாக இருப்பது. ஆங்கிலத்தில் ஃபோக்கஸ் என்பது இதைத்தான். சிலர் இதையே 'லேசர் பீம் ஃபோக்கஸ்', 'ரேசர் ஷார்ப் ஃபோக்கஸ்' என்றெல்லாம் சொல்வார்கள். இரும்பையும் வெட்டும் நெருப்புக்கற்றையைப் போல, ஒன்றின் மீது குவிக்கப்படுகிற ஆற்றல்.

இப்படிச் செய்தால்தான் அந்த வேலை முடியும். அந்த வேலை மட்டுமல்ல. இன்னும் எத்தனையோ வேலைகளும் அப்படிச் செய்யப்பட, ஒரே அமர்தலில் முடியும். நேர்த்தியாகவும் முடிந்து விடும். ஆனாலும் பல வேலைகள் அப்படி முடிக்கப்படுவதில்லை. காரணம், அப்படி ஒரே வேலையைப் பல மணி நேரம் தொடர்ந்து செய்யப் பலராலும் முடிவதில்லை.

சிலர் செய்வார்கள். செய்து முடித்ததை அவசரமாகக் கொடுத்து விடுவார்கள். பெறுபவர் அதில் இருக்கும் சிறு தவறுகளைச் சுட்டிக் காட்ட, 'அட ஆமாம்' என்று போய்த் திருத்தி எடுத்து வருவார்கள். தேவையில்லாமல் கெட்ட பெயர் எடுப்பார்கள். செய்யத் தெரியும். ஆனால் நிதானம் இல்லை. கவனம் இல்லை. செய்வதில் மட்டுமே கவனம் செலுத்த முடியவேண்டும்.

தரமான நேரம்

சில வேலைகளைக் கவனமின்றியே சரியாகச் செய்துவிட முடியும் தான். கார் ஓட்டுவது, சைக்கிள், மோட்டார் வாகனங்கள் ஓட்டுவது, டைப் அடிப்பது, பூ கட்டுவது என்று சிலவற்றை, அதன்மீது முழுக்கவனம் செலுத்தாமலேயே செய்யமுடியும். காரணம், ஏற்கெனவே அவற்றைப் பலமுறை செய்திருக்கிறோம். எப்படிச் செய்வது என்பதை உள்மனது முழுவதும் புரிந்துவைத்திருக்கிறது. அதனுள்ளிருக்கும் 'புரோகிராம்' தட்டினை மீண்டும் சுழல விட வேண்டியதுதான். வேலை அதன் போக்கில் தன்னால் நடக்கும்.

ஆனால் வேறு சில வேலைகள் அப்படிப்பட்டவை அல்ல. காரணம், அவற்றை அதற்கு முன் செய்ததில்லை. பரிச்சயமில்லாத ஒன்று. அதனால் அதைக் கவனமாகத்தான் செய்யவேண்டும். முதல் முறை வண்டி ஓட்டுபவர் பராக்கு பார்த்துக்கொண்டோ பாட்டு கேட்டுக்கொண்டோ, பக்கத்தில் இருப்பவரிடம் பேசிக்கொண்டோ வண்டி ஓட்டுவாரா... அது அவரால் முடியுமா?

கவனமாகப் பார்த்துப் பார்த்து மெதுவாகவே ஓட்டுவார். அதே போல் தான், திட்டமிடுதல், ஆராய்தல், உருவாக்குதல் போன்ற சில வேலைகளை நிதானமாகவும் கவனமாகவும் செய்யவேண்டும்.

மூளை, இதய அறுவை சிகிச்சைபோல, வேலை முடிய கூடுதல் நேரமாகலாம். ஆனாலும் தொடர்ந்து செய்தலே சரி. செய்கிறார்கள். அப்படிச் செய்பவர்கள் வெற்றி பெறுகிறார்கள்.

சில பிரச்னைகளுக்கு ஆழ்ந்து சிந்தித்தால் மட்டுமே தீர்வுகள் கிடைக்கும். ஆல்பர்ட் ஐன்ஸ்டீன் சமயங்களில் தொடர்ந்து சில நாட்கள்கூட வேலை செய்ததுண்டாம். தூக்கம், உணவு எல்லாம் இரண்டாம்பட்சம்தானாம். ஆராய்ச்சிகளில் அவ்வளவு கவனமாக இருப்பாராம்!

எவராலும் மிகத் தரமான வேலைகளைச் செய்யமுடியும். அதற்கான முயற்சிகளுள் ஒன்றுதான் போதிய நேரம் ஒதுக்குவது. Spending Quality Time என்று சொல்லலாம்.

நல்ல காபி என்றால், தரமான பாலில் போடவேண்டும் என்பது போல, நல்ல சோறு என்றால் தரமான அரிசியில் வடிக்கவேண்டும் என்பதுபோல, தரமான வேலையைச் செய்ய, மேன்மையான பலனைப் பெற, 'தரமான நேரத்தை'ப் பயன்படுத்தவேண்டும். தரமென்றால் கலப்படமில்லாதது. நேரம் என்பதிலும் கலப்படம் உண்டு. ஒரே நேரத்தில் ஒன்றுக்கும் மேற்பட்ட வேலைகள் செய்வது கலப்படம். 'மல்டி டாஸ்கிங்' நேர மிச்சம் செய்து தரும்தான். ஆனால் எல்லா வேலைகளுக்கும் 'மல்டி டாஸ்கிங்' முறை சரியில்லை. சில வேலைகளுக்கு 'சிங்கிள் டாஸ்க்' தான் சரி. முழுக் கவனக் குவிப்புதான் ஒத்துவரும்.

குழந்தைகள் சொல்வது போலத்தான். 'என்னோடு பேசுவதென்றால் என்னோடு பேசுங்கள். பேச்சை மட்டும் செய்யுங்கள். வேறு ஏதோ செய்து கொண்டே என்னிடம் பேசவேண்டாம்.'

எந்த வேலைகளுக்குத் தரமான நேரம் ஒதுக்கவேண்டும் என்று முடிவு செய்துகொள்ளவேண்டும். அவற்றைச் செய்யும்போது, கவனச் சிதறல்களே கூடாது. ஒன்றுக்கும் மேற்பட்டவர்களுடன் சேர்ந்து செய்வதாகவும் அது இருக்கலாம். ஈடுபட வேண்டிய அனைவரையும் (அறுவை சிகிச்சையின்போது நடப்பதுபோலவே) அப்படியே நடந்து கொள்ளக் கேட்டுக்கொள்ளவேண்டும்.

அலைபேசி, தொலைபேசி, பார்வையாளர்கள், உதவியாளர்கள், ஏன் மேலதிகாரிகளின் குறுக்கிடல்கள்கூடத் தவிர்க்கப்பட வேண்டியவை தான். செய்வோரின் பேச்சுகளும் கூட, எடுத்த வேலைகளின் மீதேதான் என்கிற ஒழுங்கு கடைபிடிக்கப்பட வேண்டும். மற்றவையும் செய்து முடிக்கப்பட்ட வேண்டியவை தான் என்றாலும், 'எடுத்துக் கொண்டதை முடித்துவிட்டு அடுத்தது' என்கிற ஒழுங்கு அவசியம்.

கலையும் கவனம், தள்ளிப்போடும் மனப்பான்மை, என்ன செய்ய வேண்டும், யார் யாருடன் இணைந்து செய்யவேண்டும் என்பது போன்றவற்றை முடிவு செய்து கொள்ளாதது என்று, ஒரே கவனமாகச் செய்யமுடியாமல் போவதற்கான காரணங்கள் நபருக்கு நபர் வேறுபடலாம்.

காரணம் எதுவாக இருந்தாலும், கிடைக்கும் பலன் கருதி, அவற்றைச் சரி செய்துகொள்ளவேண்டும்.

நன்கு விளைந்த மாம்பழம். அதன் இரண்டு கன்னங்களையும் அரிகிறோம். திரட்சியான கன்னக் கதுப்புகள். சதைப் பகுதியினை உண்பவருக்கு எத்தனை இன்பமாக இருக்கும்!

அதுபோன்ற இன்பம் பெரிய கடுமையான வேலைகளை முடிக்கும் போதும் கிடைக்கும். பெரிய முக்கியமான வேலைகளைச் செய்து முடிக்கும்போது கிடைக்கும் மனநிறைவே தனிதான்.

அதற்குத் தரமான நேரம் ஒதுக்கவேண்டும். தரம் என்றால், போதிய அளவு நேரம் என்பது மட்டுமல்ல, போதிய அளவு கவனமும்தான். தரமான நேரம் ஒதுக்கிச் செய்யவேண்டிய வேலைகள் என்னென்ன என்று யோசிக்கவேண்டும். இப்படி யோசிப்பதற்கே தரமான நேரம் தான் வேண்டும்.

சிறப்பாகப் பயன்படுத்த...

செய்வதும் செய்து வாங்குவதும்

ஒரு கேள்வி.

ஒரே நேரத்தில் பல வேலைகளைச் செய்வது, ஒரே நேரத்தில் பல வேலைகளை முடிப்பது. இவை இரண்டுக்கும் இடையே ஏதும் வேறுபாடு இருக்கிறதா என்ன? தேவையானால் கேள்வியை மீண்டும் ஒருமுறை கவனமாகப் படித்துக் கொள்ளுங்கள்.

அவர் பெயர் வெங்கடேஸ்வரன். நான் பணியாற்றிய ஒரு நிறுவனத்தில் ஊழியர் நல அதிகாரியாக இருந்தவர். நான் மிக அவசரம் என்று சொல்லி, அவரிடம் ஒரு கோரிக்கை வைத்தேன். அந்த வேலை நடக்கும்விதம், அதன் முன்னேற்றம் குறித்துத் தெரிந்துகொள்வதற்காக, அவரைச்

சந்திக்கப் போயிருந்த சமயம், அவர் வெற்றிலை பாக்கு போட்டுக்கொண்டு சாவகாசமாக அன்றைய தினசரி பேப்பர் படித்துக் கொண்டிருந்தார். 'என்ன சார், என் விஷயம் என்ன ஆச்சு' என்று கேட்டதற்கு, ம்...ஆகிவிடும், ஆகிவிடும்' என்றார்.

என் கண்ணில் அவநம்பிக்கையைப் பார்த்திருப்பாரோ என்னவோ, திடீரென்று, 'வள்ளியப்பன், நான் ஏதோ சும்மா உட்கார்ந்திருக்கிறேன். அதனால் வேலை ஒன்றும் ஆகவில்லை என்றுதானே நினைக்கிறீர்கள்! என்னோடு வாருங்கள்; காட்டுகிறேன்' என்று சொல்லியபடி எழுந்தார்.

பின்பு என்னை அலுவலகத்தின் பல்வேறு அறைகளுக்கு அழைத்துப்போனார். ஒவ்வொரு அறையிலும் சிலர் ஏதோ வேலை செய்துகொண்டிருந்தார்கள். அவர்கள் செய்து கொண்டிருந்த வேலையைப் பற்றி, அவர்களை விட்டே என்னிடம் சொல்லச் சொன் னார். எல்லாம் என் சம்பந்தமான வேலைகள்தான்.

எனக்கு ஆச்சரியமாக இருந்தது. அவரிடம் அவசரம் என்று சொல்லிக் கேட்டுக் கொண்டிருந்த வேலைகளை, அவர் செய்யாமல் சாவகாசமாக உட்கார்ந்திருக்கிறாரே என்று நான் நினைத்தது உண்மைதான். அது தவறு என்பதை உடனே உணர்ந்தேன். அவர் செய்யவில்லையே தவிர, அவர் செய்யவைத்துக் கொண்டிருந்தார். அவரே செய்தால் என்ன, செய்யவைத்தால் என்ன? பார்க்கப்போனால் அவரே வேகமாகச் செய்தால்கூட என் வேலை, அங்கே நடந்து கொண்டிருந்த வேகத்தில் முடிந்திருக்காது.

நாமே பலதரப்பட்ட வேலைகளையும் செய்வது 'மல்டி டாஸ்கிங்.'

உரியவர்களை வைத்துப் பலவற்றிலும் செய்துமுடிப்பது 'கெட்டிங் டன்'.

இதுதான் பல வேலைகளைச் செய்வதற்கும், பல வேலைகளை முடிப்பதற்கும் இடையே உள்ள வேறுபாடு. நாம் வேகமாக, சரியாக இருப்பது நல்லதுதான். ஆனால் அது மட்டுமே மிகப் பெரிய பலன்களைத் தந்துவிடாது.

எது நன்றாக வருகிறதோ அதை...

ஒரு மருத்துவரின் கிளினிக் அது. இரண்டு ஆண்டுகளுக்கு முன்பு அங்கே போயிருக்கிறேன். அதே தெரு. அதே கட்டடம். வெளியில்

இருந்து பார்ப்பதற்கு அதிக வேறுபாடு இல்லாததால் சுலபமாகக் கண்டுபிடித்தேன். ஆனால், வராண்டா தாண்டி உள்ளே போனதும் கண்ணில் பட்ட உள் அமைப்புகள் மிகவும் புதிதாகத் தெரிந்தன. பிரமிப்பாக இருந்தது.

சுவர்களில் தெரிந்த சுத்தம் மற்றும் பளபளப்பு, அங்கேயும் இங்கேயுமாக சுறுசுறுப்பாக வளைய வந்த நர்ஸ்கள், குளுகுளுவென இருந்த ஏசிக் காற்று, மருத்துவரைப் பார்க்க வரும் நோயாளிகள், அமர்வதற்கு என்று போடப்பட்டிருந்த அழகிய நாற்காலிகள், மருத்துவரைத் தேடி வந்திருந்த நோயாளிகளின் எண்ணிக்கை போன்றவை மட்டுமல்ல எனது பிரமிப்புக்குக் காரணம். அவற்றையெல்லாம்விட முக்கியமாக, முன்பு ஒரு அறை மட்டுமே இருந்த இடத்தில், இப்போது வரிசையாக மூன்று அறைகள் இருந்தன. ஆமாம், நோயாளிகளைப் பார்க்கும் (அப்சர்வேஷன்) அறைகள் மட்டுமே, ஒன்று இருந்த இடத்தில் மூன்று இருந்தன. அதுதான் அதிகம் ஆச்சரியப்பட வைத்தது.

'டாக்டர் சச்சிதானந்தம் கிளினிக்தானே இது! அவர் மட்டும்தானே இங்கே பார்ப்பார்!' என்று யோசித்தபடியே, அந்த அறைகளுக்கு வெளியே, வேறு மருத்துவர்களின் பெயர்களை எழுதியிருக்கிறார்களா என்று பார்த்தேன். ஹூம்... வேறு பெயர்கள் ஏதும் தென்படவில்லை.

பக்கத்தில் அமர்ந்திருந்த நோயாளி ஒருவரிடம் மெள்ள விசாரித்தேன். வேறு டாக்டர் எவரும் இல்லை. இங்கே அதே ஒரே மருத்துவர் மட்டும்தான் என்பதை அவர் உறுதி செய்தார்.

அடுத்து, ஒரே மருத்துவர் ஒரே இடத்தில் இவ்வளவு நோயாளிகளைப் பார்க்கமுடியுமா? என்கிற கேள்வி மனதில் முளைத்தது. என் முறை எப்போது வரும்... நான் எப்படி துரிதமாக மருத்துவரைப் பார்த்து விட்டுக் கிளம்புவது என்கிற ஆதங்கங்களைவிட, 'இங்கே இவ்வளவு மாறுதல்கள் வந்திருக்கின்றனவே! ஏன்? இவற்றால் என்ன பலன்' என்று தெரிந்து கொள்கிற ஆர்வமே அதிகமானது.

அப்போது முதல் அறையில் இருந்து மருத்துவர் சச்சிதானந்தம் வேகமாக வெளியேறி 'விறுவிறு'வென அடுத்த அறைக்குப் போவதைப் பார்த்தேன். மூன்று நிமிடங்கள் ஆகியிருக்கலாம். மருத்துவர் அந்த அறையில் இருந்தும் வெளிப்பட்டு, அணிந்திருக்கும் வெள்ளைக் கோட் பாக்கெட்டுக்குள் கைவிட்டபடியே, வேகமாக மூன்றாவது அறைக்குப் போனார்.

அதே சமயம் நான் அமர்ந்திருந்த எங்கள் பெஞ்ச் வரிசையும் நகர்ந்தது. ஒவ்வொரு அறையில் இருந்து மருத்துவர் சச்சிதானந்தம் இன்னொரு அறைக்குப் போனபோதெல்லாம், எங்கள் வரிசை முன்னேறியதற்குக் காரணம், மூன்று அறைகளிலும் நோயாளிகள் இருந்ததும், மருத்துவர் ஒவ்வொரு அறையாகப்போய் அவர்களைப் பார்ப்பதும்தான் என்று புரிந்தது.

மருத்துவர் சச்சிதானந்தத்தின் நேர மேலாண்மை ரகசியம் என்ன என்று பார்ப்பதற்கு முன்னால், அதன் பலன்களைப் பார்த்துவிடலாம்.

அவருடைய கிளினிக்கில் அவர் கொண்டு வந்திருக்கிற மாறுதல்களால், அவருடைய தனிப்பட்ட உற்பத்தித்திறன் (பர்சனல் புரடக்டிவிட்டி) முன்பிருந்ததைக் காட்டிலும் பலமடங்கு உயர்ந்து விட்டது. அதாவது, முன்பு பார்த்து வந்ததைவிட, கூடுதல் நோயாளிகளைக் குறிப்பிட்ட நேரத்தில் பார்க்கவும், அவர்களுக்கு உதவவும் அவரால் முடிகிறது.

அதற்காக அவர் கூடுதல் நேரம் வேலை செய்யவில்லை. செலவிடுவது ஒரே அளவு நேரம்தான். பலனோ, மிக அதிகம்!

அவர் அப்படி என்னதான் மாறுதல் செய்துவிட்டார்? முன்பு போலில்லை. இப்போது அவர் செய்வது அவரது வேலையை மட்டுமே.

அட! இதென்ன அதிசயம்! மருத்துவர், மருத்துவர் வேலையைத் தானே செய்வார்! முன்பு மட்டும் என்னவாம்!

அப்போது, புறநோயாளிகளைப் பார்க்கும் கிளினிக் ஒன்றை ஏற்படுத்திவிட்டு, அவர் தனியாளாக நோயாளிகளைப் பார்த்துக் கொண்டிருந்தார். அப்படித் தனியாளாக கிளினிக் நடத்தியபோது, அவர் செய்த வேலைகள் (டாஸ்க்குகள்) என்னென்ன தெரியுமா

- காலையில் வந்து பூட்டியிருக்கும் கிளினிக் கதவைத் திறப்பது.
- இடத்தை (லேசாக வேணும்) தூசுதட்டிச் சுத்தம் செய்வது.
- வரும் நோயாளிகளிடம் என்ன பிரச்னை என்று விசாரிப்பது.
- அவர்களுடைய எடை, ரத்தக் கொதிப்பு, டெம்பரேச்சர் முதலியவற்றைச் சோதிப்பது.
- அவர்களுக்கு மருந்து எழுதிக் கொடுப்பது.
- தேவைப்படுபவர்களுக்கு ஊசி போடுவது.

- சிலருடைய காயங்களுக்கு மருந்து போடுவது.
- அவர்களிடம் பணம் வாங்குவது.
- கேட்பவர்களுக்கு ரசீது எழுதிக்கொடுப்பது.
- இடையில் வரும் தொலைபேசி விசாரிப்புகளுக்கு பதில் சொல்வது.

இவையெல்லாம் அவசியமானவைதான். ஒரு கிளினிக்கில் இவற்றைச் செய்யாமல் இருக்கமுடியாது தான். கேள்வி என்ன தெரியுமா? இவற்றை மருத்துவர்தான் செய்ய வேண்டுமா?

'வேலையில் சிறிது என்று பெரியது என்றோ, சாதாரணமானது உயர்வானது என்றோ வேறுபாடுகள் கிடையாது. அப்படி யெல்லாம் பார்க்கக்கூடாது' என்பதெல்லாம் சரிதான். அதே சமயம், எவரைக் கொண்டு எதைச் செய்வது, தனக்கு இருக்கிற நேரத்தை எப்படி செவ் வனே பயன்படுத்திக் கொள்வது என்பதையும் யோசிக்க வேண்டும்.

அப்படிப்பட்ட கோணத்தில் இருந்து பார்த்தால், மருத்துவர் முன்பு அவரது நேரத்தைத் தகுந்த வேலைகளில் செலவிடாமல், மற்றவற்றிலும் சிதறிவிட்டதால், அவர் பார்க்கக்கூடிய நோயாளிகளின் எண்ணிக்கை குறைந்துபோனது. அதனால் அவருக்கு மட்டுமில்லை, மற்றவர்களுக்கும் நட்டம்.

கத்தியின் கைப்பிடி சாதாரண மரத்தால் செய்ததாக இருந்தால் போதும், அற்புதமான இரும்பைப் பயன்படுத்தி, கத்தியின் 'பிளேடு' செய்யலாம். அந்த உயர்தர இரும்பைப் பயன்படுத்தி, எதற்காகக் கைப்பிடி செய்ய வேண்டும்? அதற்கு விலை குறைவான மரம் போதுமே! உறுதிமிக்க ஒரு அளவு இரும்பைக் கொண்டு பல கத்திகள் செய்யமுடியும். செய்யவேண்டும். அதுதான் இரும்பின் மிகச் சிறந்த பலன். கைப்பிடியாகவும் இருப்பதல்ல.

சூட்சுமம் இதுதான். நாம் நம்முடைய நேரத்தில் எவ்வளவை, நம்முடைய மிகச் சிறந்த திறனை வெளிப்படுத்துவதில் செலவிடு கிறோம்? அதிகபட்ச பலன் தருவதற்காகச் செலவழிக்கிறோம்?

மருத்துவர் சச்சிதானந்தம் இப்போது மற்றவற்றைச் செய்வதில்லை. எல்லாவற்றுக்கும் தகுந்த ஆட்களை அமர்த்திவிட்டார். மேலே சொல்லப்பட்ட அவரது சிகிச்சைக்கு 'முன்' 'பின்' தேவைப்படும்

வேலைகளை அவர்கள் உதவியாளர்கள் பார்த்துவிடுகிறார்கள். இதுதான் அவரது நேர மேலாண்மையின் ரகசியம்.

மூன்று அறைகளுமே புற நோயாளிகளை அவர் பார்ப்பதற்கான அறைகள்தான். அங்கே அமர வைக்கப்படும் நோயாளிகளிடம் செய்ய வேண்டிய 'முன் வேலைகள்' அனைத்தையும் அவரது உதவியாளர்கள் செய்துவிடுவார்கள்.

மருத்துவர் அறைக்குள் வருவார். தேவைப்படும் மேல் விவரங்களை மட்டும் நோயாளிகளிடம் இருந்து விசாரித்துக்கொண்டு, ஆலோசனை சொல்லிவிட்டு, அடுத்த அறையில் இருக்கும் மற்றொரு நோயாளியைப் பார்க்கப் போய்க்கொண்டே இருப்பார். மருத்துவர் நகர்ந்ததும், அந்த நோயாளிக்குத் தொடர்ந்து செய்ய வேண்டிய,பின் வேலைகள் அனைத்தையும் அவரது உதவியாளர்கள் செய்துவிடுவார்கள்.

மருத்துவரின் வேலையைச் சுற்றி முன்னும் பின்னும் சில வேலைகள் இருக்கின்றன. அவையும் முக்கியமானவைதான். ஆனால் அவற்றை மருத்துவர்தான் செய்யமுடியும் என்பதில்லை. மருத்துவம் படிக்காதவர்களும் செய்யமுடியும். பிறகு அதை எதற்கு மருத்துவம் படித்தவர் செய்துகொண்டிருக்கவேண்டும்? அதுவும் அவருக்காக எத்தனையோ நோயாளிகள் காத்துக்கொண்டிருக்கும்போது!

அவருடைய அணுகுமுறையில் இப்படிச் சில மாற்றங்களைச் செய்தார். அதற்கு ஒப்ப, அவரது வேலையிடத்தில் சில மாற்றங்களைச் செய்தார். மூன்று வெவ்வேறு அறைகள் கொண்டுவந்தார். அவர் செய்து கொண்டிருந்த சில வேலைகளை உதவியாளர்களுக்குப் பகிர்ந்தளித்தார் . பலன்?

அற்புதம்! அவரால் இரண்டு மடங்கு அதிகமான நோயாளிகளின் பிரச்னைகளைப் பார்க்க முடிகிறது. அதிக வருமானம் வருகிறது. கூடுதல் நபர்களுக்கு வேலை கொடுக்க முடிந்திருக்கிறது.

இந்த அணுகுமுறை மருத்துவர்களுக்கு மட்டும்தான் பொருந்துமா என்ன? ஒருவர் கேட்டுக் கொள்ளவேண்டிய கேள்விகள் இவைதான்.

- எது என்னுடைய மிகச் சிறந்த திறன்?
- என்னுடைய எவ்வளவு நேரம், அந்தத் திறனைப் பயன்படுத்துவதில், அதன் மூலம் பலனடைவதில் போகிறது?

நம்முடைய நிறுவனத்திலோ, அலுவலகத்திலோ, வீட்டிலோ நாம் செய்துகொண்டிருக்கும் வேலைகள் அனைத்துமே, நாமே செய்ய வேண்டியவைதானா? நம்மைவிடத் திறன், படிப்பு, ஊதியம் போன்றவற்றில் குறைவாக உள்ளவர்களால் செய்யக் கூடிய எத்தனை வேலைகளை இப்போது நாமே செய்து கொண்டிருக் கிறோம்?

அப்படிப்பட்ட வேலைகளை அவர்களைச் செய்ய அனுமதிப்பதன் மூலம், அவர்களிடம் பகிர்ந்தளிப்பதன் மூலம், நம்முடைய நேரம் நம்முடைய மிகச் சிறந்த திறனுக்காக விடுவிக்கப்படவேண்டும்.

ஓட்டுநர், சமையல்காரர், வீட்டு வேலைகளுக்கு ஆள், அலுவலக வேலைகளுக்கு உதவியாளர் போன்றவர்கள் நம்முடைய மதிப்புமிக்க நேரத்தை நமக்கே மீட்டுத் தரக்கூடிய சிலர்.

கவிஞர் கண்ணதாசன் பாடல்கள் எழுதியதில்லை என்று சொன்னால் நம்ப முடிகிறதா? ஆனால் அதுதான் உண்மை! அவர் எழுதவில்லை, 'டிக்டேட்' செய்தார்! பாடல்களை அவர் சொல்லுவாராம், வேறு எவரோ எழுதிக்கொள்வார்களாம். பேப்பர் தேடுவது, பேனாவுக்கு மை போடுவது, எழுதியதை படி (பிரதி) எடுப்பது போன்ற வேலைகளை அந்தக் கவியரசு செய்தது இல்லை.

எந்திரங்கள், அலுவலகத்தில் உள்ள இடங்கள் போன்றவை மட்டுமல்ல, நம்முடைய திறமைகளும்கூட முழுமையாகப் பயன்படுத்தப்பட வேண்டிய வளம்தான். அந்த வளத்தை முழுவதும் பயன்படுத்த வேண்டும் என்றாலும், அதற்கான மிகச் சிறந்த பயன்பாட்டில் பயன்படுத்தவேண்டும். அதற்குச் சிலவற்றைச் செய்யாமல்விட வேண்டும்.

சரியான முன்னுரிமை கொடுப்பது

வெங்கட்ராமன் என்று ஒருவர். அவர் குடியிருந்த வீட்டை மாற்றினார். அதனால் அவருடைய முகவரி மாற்றம் பற்றிப் பலருக்கும் கடிதங்கள் எழுதினார். 'பாஸ்போர்ட்'டிலும் புதிய முகவரியைக் கொண்டு வர வேண்டும். அதைச் செய்துகொடுக்கக் கூடிய ஒருவரைத் தொடர்பு கொண்டார்.

பாஸ்போர்ட்டில் என் முகவரியை மாற்றவேண்டும்.'

செய்யலாமே. அதற்கு நீங்கள் விண்ணப்பம் நிறைவு செய்து கொடுக்க வேண்டும்.

கொடுத்துவிடுகிறேன். அதனுடன் கொடுக்க வேண்டிய சான்றிதழ் களையும் கொடுத்துவிடுகிறேன். முகவரி மாற்றம் செய்து எப்போது தருவார்கள்?

எல்லா ஆவணங்களும் சரியாக இருந்தால், ஒரு மாதத்தில் இருந்து மூன்று மாதத்துக்குள் கிடைத்துவிடும்.

என்னது! மூன்று மாதம் வரை கூட ஆகுமா?

ஆமாம்.

சிறிது நாட்களுக்குப் பிறகு தற்செயலாக அவர்கள் இருவரும் மீண்டும் சந்திக்க நேரிடுகிறது.

என்ன வெங்கட்ராமன் சார். நீங்க வரவேயில்லையே! முகவரி மாற்றத்துக்கு விண்ணப்பிக்கவில்லையா. வேண்டாமா?

நீங்க மூன்று மாதம்வரை கூட ஆகலாம் என்றீர்கள் இல்லையா? அதனால், அதைவிட்டுவிட்டு மற்ற முக்கியமான வேலைகளைச் செய்துகொண்டு இருந்துவிட்டேன்.

நாம் சந்தித்தது ஏப்ரல் 14 அல்லவா! நீங்கள் அன்றே கொடுத்திருந்தால் அதிகபட்சமாக இன்னும் 44 நாட்களில் கிடைத்திருக்குமே!

அப்படியா? அதிகபட்சம் 44 நாட்கள்தானா?

பிறகு? என்ன செய்யவேண்டும் என்று நீங்கள் கேட்டுக் கொண்டு போயே ஒன்றரை மாதம் ஆகிறதே. அன்றைக்கே கொடுத்திருந்தால், இந்நேரம் பாதி 'பிராசஸ்' ஆகியிருக்குமே!

இந்த வேலைதான் என்றில்லை. ஓட்டுநர் உரிமமா? முதலில், பயில்பவர் உரிமம் (எல்.எல்.ஆர்.) தான் தருவார்கள். அந்தத் தற்காலிக உரிமத்துடன் ஒரு மாதம் ஓட்டிய பிறகுதான், முழு உரிமம் கிடைக்கும். 'சூட்' தைக்க வேண்டும் ஆர்டர் கொடுத்துவிட்டுச் செல்லுங்கள். இரண்டு வாரத்தில் கொடுத்து விடுகிறேன் என்று சொல்லலாம். இப்படி எந்த வேலையைச் செய்துமுடிப்பதற் கென்றும், குறிப்பிட்ட அளவு நேரம் தேவைப்படுகிறது.

நாம், செய்துமுடித்துக்கொள்ள நினைக்கும் எந்த வேலையும், தொடங்கியதில் இருந்து தேவைப்படும் அளவு நேரம் நடைபெற்றுத்தான் முடியும். அதன் பிறகுதான் பலன் கிடைக்கும்.

விண்ணப்பித்த தினத்தில் இருந்து குறிப்பிட்ட அளவு காலம் ஆகும் என்றால், உடன் விண்ணப்பிப்பதுதானே புத்திசாலித்தனம். அப்படிச் செய்ய, விண்ணப்பித்த நிமிடத்தில் இருந்தே அந்த 'வேலை கடிகாரம்' ஓட ஆரம்பித்துவிடுகிறது. அதன் பிறகு கழியும் ஒவ்வொரு நாளும், இலக்கின் அருகே நம்மை அழைத்துப்போகும் தினங்கள் ஆகின்றன. அந்த நீளமான வரிசையில் நாம் நிற்க ஆரம்பித்தாகி விட்டது. கவுன்டரை நோக்கித் தொடர்ந்து நகர்ந்துகொண்டேயிருக் கிறோம்.

எந்த வேலை, குறிப்பிட்ட நேரம், நாட்களுக்குப் பிறகுதான் கிடைக்குமோ, அதற்கு முன்னுரிமை கொடுக்கவேண்டும். அதைத் தாமதிக்காமல் தொடங்கிவைத்துவிடவேண்டும் என்பதுதான் செய்தி.

அதாவது, சில வேலைகளுக்கு 'டைம் வேல்யு' உண்டு.

அப்படிப்பட்ட வேலைகளை விட்டுவிட்டு, அப்படி 'காலக்கெடு' இல்லாத வேலைகளை முதலில் செய்துகொண்டிருக்கவேண்டாம்.

ஆமாம். இது எந்த வேலையை முதலில் செய்வது என்கிற முன்னுரிமையைத் தீர்மானம் செய்கிற வித்தை. முன்பே வேறு ஒரு கோணத்தில் பார்த்தோம். இன்னும் பல்வேறு கோணங்களில் இருந்தும் பார்க்கலாம். காரணம், இதைப் புரிந்துகொள்வதும், சரியாகச் செய்வதும், கணிசமான பலன்களைத் தரும். இந்த எதற்கு முன்னுரிமை' என்பதைச் சரியாக முடிவுச் செய்கிறவர்கள் எல்லாவற்றிலும் ஜெயிக்கிறார்கள். இதில் சின்ன வேலை, பெரிய வேலை என்கிற வித்தியாசம் இல்லை. எல்லா வேலைகளிலும் இந்த அணுகுமுறையைக் கடைபிடித்துப் பலன் பெறமுடியும்.

அன்றாடம் செய்கிற மிகச் சாதாரணமான செயலில்கூட இந்த அணுகுமுறையைப் பின்பற்றலாம் என்பதற்கு ஓர் எளிய உதாரணம் பார்க்கலாம். மாடி வீட்டில் குடியிருக்கிறோம். மூன்றாவது மாடியில் நம் வீடு. காலை நேரம். கிளம்பி, அலுவலகம் போக வேண்டும். வீட்டுக்கு வெளியே வந்து, வீட்டின் கீழ் தளத்துக்குப்

போய் வண்டியை எடுக்கவேண்டும். கீழே போவதற்கு, லிஃப்டைப் பயன்படுத்த வேண்டும். பார்த்தால், லிஃப்ட் ஏற்கெனவே கீழ் தளத்தில் இருக்கிறது.

லிப்டின் கதவுகள் வீட்டின் வாசலுக்கு அருகிலேயே இருக்கின்றன. அதனால் வீட்டுக் கதவு மற்றும் லிஃப்டின் கதவு ஆகிய இரண்டுமே அருகருகில்.

இப்போது நாம் செய்யக்கூடிய 'டாஸ்க்'குகள் இரண்டு இருக்கின்றன. ஒன்று: வீட்டுக் கதவைப் பூட்டுவது.

மற்றொன்று: லிஃப்ட் பொத்தானை அழுத்துவது.

லிப்ட் பொத்தானை அழுத்தினால் லிஃப்ட் கீழ் தளத்தில் இருந்து, நாம் நிற்கும் தளத்துக்கு மேலெழும்பி வரும். பொதுவாக எவருமே எந்த 'டாஸ்க்'கினை முதலில் செய்வார்கள்? வீட்டைப் பூட்டு வதைத்தானே?

வேலை வேகமாக முடிய வேண்டுமென்றால். வீட்டைப் பூட்டுவதை முதலாவதாக அல்ல, இரண்டாவதாகச் செய்யவேண்டும். காரணம், நாம் வீட்டைப் பூட்டி கொண்டிருக்கும் நேரம் லிஃப்ட் கீழ் தளத்திலேயே நகராமல் இருக்கும். பூட்டும் வேலை முடித்து, நாம் லிஃப்ட் பொத்தானை அழுத்திய பிறகே அது மேலே வரத் தொடங்கும். அது வரும் வரை நாம் வீணே காத்திருக்கவேண்டும்.

அதே இரண்டு செயல்களையுமே சிறிது வரிசை மாற்றிச் செய்து பார்க்கலாம். முதலில் லிஃப்ட் பொத்தானை அழுத்துவது. அழுத்தி யாகிவிட்டது. லிஃப்ட் மேலெழும்பத் தொடங்கியாயிற்று. நேரத்தைச் சற்றும் வீணாக்காமல், உடனடியாக வீட்டைப் பூட்டும் வேலையைச் செய்யவேண்டியது. பூட்டி நிமிர்வதற்குள், லிஃப்ட் நல்ல ஊழியரைப் போல நமக்காக வந்து காத்திருக்கும்.

இரண்டு செயல்களையும் செய்வதற்கு நமக்கு ஆன நேரம், இரண்டு வழிகளிலும் ஒரே அளவுதான். ஆனால் நமக்கு இரண்டு வேலைகளும் சேர்த்துக் குறைவான நேரத்தில் முடிந்தது இரண்டாவது வழிமுறையில் தானே! அதன் விளைவு! செய்முறைக்குள் ஒளிந்திருந்த ஒரு சிறிய காத்திருத்தல் தவிர்க்கப்பட்டுவிட்டது. அதுதான் கிடைத்த பலன்.

நமக்குத் தெரியும். வீட்டைப் பூட்டுவதும், லிஃப்ட் பொத்தானை அழுத்துவதும் போல எல்லா வேலைகளையும், நாமே செய்து கொண்டிருப்பதில்லை. நாம், என்ன தேவை என்று சொல்ல, நமக்காகப் பலரும் செய்கிறார்கள். முன்பே பார்த்ததுதான். நாமே செய்வது மற்றும் மற்றவர்களிடம் செய்து வாங்குவது.

மற்றவர்கள் நமக்குச் செய்து தரவல்ல அந்த வேலைகளையும் நேரம் வீணாக்காமல், துரிதமாகச் செய்துகொள்ளவேண்டும். அதற்கு, உதவியாக மற்றவரின் நமக்காகச் செய்யவேண்டியதை முன்னுரிமை கொடுத்து அவர்களிடம் சமர்ப்பித்துவிடவேண்டும்.

விண்ணப்பிப்பது, ஆர்டர் கொடுப்பது, புக் செய்வது போன்ற வேலைகளைச் செய்துவிட்டு, பிறகு மற்ற வேலைகளைச் செய்யலாம். அப்படிச் செய்ய, நாம் மற்ற வேலைகளில் அப்படிப் பட்டவை எவை எனப் பிரித்து, அவற்றுக்கு முன்னுரிமை கொடுத்து அவற்றை முதலில் செய்யவேண்டும்.

நமக்காக நாம் காத்திருக்கலாம். நமக்காக மற்றவர்கள் காத்திருந்தால், அதுவும் நம் வேலையைச் செய்யவேண்டியவர்கள், நம்முடைய அனுமதிக்காகவோ, விளக்கத்துக்காவோ, தேர்வு அல்லது முடிவுக்காகவோ காத்திருந்தால்!

ஜூன் 14 அன்று திருமணம் என்று முடிவு செய்யப்படுகிறது. அதற்கு இரண்டுநாள் முன்பு ஜூன் 12ல் இருந்து மண்டபம் பரபரப்பாக இருக்கிறது. யாரோ கொண்டுவந்து காய்கறிகளை இறக்குகிறார்கள். மளிகை சாமான் இறக்குகிறார்கள். பூ கொண்டு வந்து குவிக்கிறார்கள். மாலைகள் வந்து இறங்குகின்றன. வாழைமரம் கட்டுகிறார்கள். லைட் போடுகிறார்கள். ஜூன் 14 அன்று, நடக்க வேண்டியவை எல்லாம் ஜாம் ஜாம் என்று நடக்கின்றன. ஹோமம் வளர்க்கிறார்கள், தாலி கட்டுகிறார்கள். சாப்பாடு போடுகிறார்கள்.

எல்லாம் எப்படி சரியாக நடக்கிறது?

முன் கூட்டிச் சரியான இடங்களில் மட்டுமல்ல, சரியான நேரங்களில் சொல்லி வைத்ததனால் நடப்பவைதான் இவையெல்லாம்.

மண்டபத்துக்கு ஆறு மாதங்களுக்கு முன்பாகவே சொல்லிவைக்க வேண்டும். அழைப்பிதழை இரண்டு மாதங்களுக்கு முன்பாகவே தயாரிக்கவேண்டும். காய்கறிக்கு ஒருவாரம் முன்னால் சொன்னால் கூடப் போதும். எல்லாம் வேறு வேறு காலக் கட்டாயம் உள்ளவை.

சொல்லவேண்டிய நேரத்தில் சொல்லாவிட்டால், வேலை முடியாது. அவற்றைத் திட்டமிட்டு, முன்கூட்டியே சொல்லிவைத்து, தேவையான நேரத்தில் எல்லாம் வந்து சேருமாறு ஏற்பாடு செய்து கொள்வது.

'எவற்றுக்கு முன்னுரிமை கொடுக்கவேண்டுமோ அவற்றைத்தான் முதலில் செய்கிறேனா?' என்று தற்சமயம் செய்யும் பல்வேறு வேலைகளைப் பற்றிக் கொஞ்சம் யோசித்துப் பார்க்கவேண்டும் என்பதுதான் செய்தி.

எதிர்பாராமல் நிகழும் நேர வீணடிப்புகளை தவிர்ப்பது

அந்தக் குடும்பம் விடுமுறைக்கு வெளியூர் செல்ல ஆயத்தமாகிக் கொண்டிருந்தது. கணவன், மனைவி, அவர்களுடைய இரண்டு குழந்தைகள். பிள்ளைகள் பெரிதாக ஏதும் ஏற்பாடுகள் செய்து கொண்டிருக்கவில்லை. ஆனால், பெற்றோர் செய்துகொண்டிருந் தார்கள். நான்கு நாட்களுக்குத் தங்கப் போகிறார்கள். அதற்கான உடைகளை எடுத்துவைத்தார் அந்தப் பெண்மணி. பின்பு ஏதோ நினைவுவந்தவராக மேலும் இரண்டு நாட்களுக்குத் தேவையான துணிகளையும் எடுத்துப் பெட்டியில் வைத்துக்கொண்டார்.

அட! என்ன ஆச்சரியம்! கணவரும் அதேபோலத்தான் நினைத்தார். அவரும் தேவைக்கும் சற்று அதிகமாகவே எடுத்து வைத்துக்கொண்டார். அவர் பணத்து எடுத்துக் கணக்கிட்டார். பின்பு தெளிவாக, அதைவிடக் கூடுதல் பணத்தை எடுத்து பர்ஸில் வைத்துக் கொண்டார்.

இருவரும் ஏன் அப்படிச் செய்தார்கள் என்பது ஒன்றும் யூகிக்க முடியாததல்ல. ஓர் எச்சரிக்கை உணர்வு காரணமாகத்தான் அப்படிச் செய்தார்கள்.

ஒருகால், கொண்டுபோவது போதாமல் போய்விட்டால், அல்லது எதிர்பார்ப்பதைவிடக் கூடுதல் நாட்கள் தங்க நேர்ந்தால் என்ன செய்வது? அப்போது போய், அங்கே இருந்துகொண்டு யாரிடமும் கேட்கவா முடியும்? அதற்காகத்தான் இரண்டு ஜோடி ஆடைகள் கூடுதல், தேவைக்கும் சற்று அதிகமாகவே ரொக்கப்பணம். நல்ல முன் யோசனைகள்தான்.

இதே அணுகுமுறையை நேரப் பயன்பாட்டிலும் கடைபிடிக்கலாம். வெளியில் போகும்போது நேரத்தையும் கூடுதலாகவே எடுத்துப் போகலாம்.

‘என்னது! நேரத்தை எடுத்துப்போவதா!’ என்று ஆச்சரியமாக இருக்கலாம். நேரத்தை எடுத்துப் போகமுடியும்.

பல இடங்களுக்கு வேலையாகப் போகிறோம். எல்லா இடங்களிலும் போனதும் நம்மை அழைத்துவிடமாட்டார்கள். திட்டமிட்டிருந்த எதிர்பார்த்துப் போயிருந்த சந்திப்பு உடனடியாக நிகழாமல் போகலாம். முன்பு பார்த்த இராசமாணிக்கத்துக்கு நேர்ந்ததைப் போலக் காத்திருக்க வேண்டி வரலாம். இவற்றை எல்லாம் தவிர்க்க முடியாது.

இப்படி நம் மீது திணிக்கப்படும் சும்மா இருக்க வேண்டிய நேரத்துக்கு ‘டைம் ஸ்டடி’யில் ‘ஃபோர்ஸ்டு ஐடில் டைம்’ (Forced Idle Time) என்று பெயர். நம்மீது ‘திணிக்கப்படும், சும்மா இருக்க வேண்டிய நேரம்’.

‘வீண்தான். என்ன செய்ய!’ என்று வாளாவிருக்கலாமா? ஏன் விட வேண்டும்! காத்திருக்கும் நேரத்தில் செய்வதற்குக் கைவசம் வேலை இருந்தால் அதனைச் செய்யலாமே! யார் தடுப்பார்கள்? அப்படிப் பட்ட நேரங்களில் செய்யக்கூடிய வேலைகளை முன்யோசனையுடன், வெளியில் போகும்போது எடுத்துப் போவதுதான், ‘நேரத்தை எடுத்துப் போவது’.

மின்சாரத்தைப்பற்றி இப்படிச் சொல்வார்கள். Power saved is power generated என்று. நேரமும் அப்படியேதான். வீணாகாமல் பயன் படுத்தப்பட்ட நேரம், உருவாக்கப்பட்ட, கூடுதலாகக் கிடைத்த நேரம் போன்றதுதான்.

‘காத்திருக்கவேண்டிய இடங்களுக்குச் செய்யக்கூடிய வேலைகளை எடுத்துப் போகவேண்டும் என்பதைத்தான் ஏற்கெனவே இராசமாணிக்கம் உதாரணத்தில் பார்த்திருக்கிறோமே!’ என்று தோன்றலாம். இது அதில் மேலும் ஒரு மேம்பாடு செய்யும் வேலை. அப்படிப்பட்ட ஒரு யோசனை.

மருத்துவரைப் பார்ப்பதற்காகக் காத்திருக்கிறோம். படிக்க நினைத்த புத்தகத்தை எடுத்துப் போயிருக்கிறோம். படிக்கிறோம். இராச மாணிக்கம் செய்ததுபோலவே காத்திருக்கும் நேரத்தைப் பயன்படுத்திக் கொள்கிறோம்.

பொதுவாக அங்கே இருப்பது முப்பது நிமிடங்கள்வரை காத்திருக்க வேண்டிவரும் என்று தெரியும். அமைதியாகப் படித்துக் கொண்டிருக்கிறோம். இதுவரை சரிதான்.

படித்துக்கொண்டிருக்கிற புத்தகம் முடிந்துவிடுகிறது! அடுத்து? கைவசம் வேறு ஏதுமில்லை. அடுத்து என்ன செய்ய? எடுத்துப் போனோம்தான். எப்படி எடுத்துச் சென்றோம்? ஏனோதானோ என்று. காரணம், ஓரளவு நேரம்தான் திட்டமிட்டிருந்தபடி பலன் தரும் செயலில் கழிந்தது. மீதி காத்திருப்பு நேரம்? வீண்தானே!

வெளியூர் பயணங்களுக்குப் புறப்படுகையில் தேவைப்படக் கூடியதைவிடக் கூடுதல் துணி, கூடுதல் ரொக்கம் எடுத்துவைத்துக் கொள்வதுபோலவே, எதிர்பாராமல் ஏற்படக்கூடிய காத்திருப்பு நேரங்களில் செய்ய, போதிய அளவு வேலையையும் (படிக்க அல்லது எழுத அல்லது செய்ய), எங்கே போனாலும் எடுத்துப்போக வேண்டும்.

எல்லா இடங்களுக்கும் அப்படி எடுத்துச் செல்லமுடியுமா? முடியும். உதாரணத்துக்கு ஒன்று.

தேர்வு தினம். தேர்வு எழுதப்போகும் மாணவன் அன்றைக்கு எவற்றை உடன் எடுத்துப்போவான்? பேருந்திலோ ரயிலிலோ போகும் நேரத்திலும் பள்ளி, கல்லூரிக்குச் சென்ற பின்னர், தேர்வு அறைக்குள் நுழையும்வரையிலும்கூட அன்றைய தேர்வுகளைப் பாடங்களைப் படிப்பான்.

தேர்வு முடிகிறது. அடுத்த தேர்வு மறுநாள். அல்லது ஒன்றிரண்டு நாட்களுக்குப் பிறகுதான். வீடு திரும்புகிறான். மீண்டும் பேருந்து / ரயில் பயணம் மீண்டும் நிறைய நேரமிருக்கிறது. என்ன செய்யலாம்? கையில் இருப்பதோ காலையில் முடிந்துபோன தேர்வுக்கான பாடப் புத்தகங்கள். அதையா மீண்டும் படிக்க முடியும்? என்ன செய்யலாம்? இந்த, 'ஃபோர்ஸ்டு ஐடில் நேரத்தை' பயன்படுத்திக் கொள்வது எப்படி?

காலையில் கிளம்பும்போதே, அன்றைய தேர்வுக்கான பாடப்புத்தகங் களை மட்டுமல்ல, அடுத்த தேர்வுக்கான பாடங்களையும் எடுத்து வைத்துக்கொள்ளவேண்டும். அதனைத் திரும்பி வரும் வழியில் படிக்கலாம்.

நேரம் என்பது செல்வம், பணமேதான். அதைச் சிதறவிடாமல் பயன்படுத்த வேண்டும். வீணடிக்காமல் பயன்படுத்துவதில் இரண்டு வகை உண்டு. கண்ணுக்குத் தெரிந்து வீணாவது ஒரு வகை.

அது, மூட முடியாத குழாயில் இருந்து வெளியேறும் தண்ணீர் போல, பார்த்தாலே தெரியும். பதறுவோம். ஏதாவது நடவடிக்கை எடுத்து நிறுத்துவோம்.

அடுத்த வகைதான் மோசமானது. கசியும். ஆனால் வெளியே தெரியாது. தொடர்ந்து போய்க்கொண்டேயிருக்கும். அட்டைப் பூச்சி கடித்து ரத்தத்தை உறிஞ்சுவதுபோல. வலியே தெரியாது. ஆனால் ரத்தத்தை இழந்துகொண்டேயிருப்போம். அதுதான் நம் மனம், விரயம் என்று உணர்ந்து கொள்ளாத, திணிக்கப்பட்டதாக ஏற்றுக்கொண்ட, 'ஃபோர்ஸ்டு ஐடில் டைம்' (Forced Idle Time).

இதையும் திட்டமிட்டுத் தவிர்த்துவிடவேண்டும். முடியும்.

ஒரே முறை ஒழுங்காக

சில ஆண்டுகளுக்கு முன் பாண்டியன் என்று ஒருவர் என் துறையில் வேலையில் இருந்தார். அவர் செய்யவேண்டிய வேலைகளை முடித்து என் ஒப்புதலுக்காக பேப்பர்களை எடுத்து வருவார். படித்துப் பார்ப்பேன். தவறுகள் இருக்கும். ஒரு சில தவறுகள் எடுத்த எடுப்பில் சுலபமாகக் கண்களில் தென்படும். எளிதாகத் தவிர்த்திருக்கக்கூடிய தவறுகளாக இருந்தும், அவற்றுடனே அவை என் பார்வைக்கு வரும்.

என்ன இது? என்று கேட்டால், கொடுங்க சார் என்று எடுத்துப் போய்த் திருத்திக் கொண்டு வருவார். தொடர்ந்து படித்தால், அடுத்த அடுத்த வரிகளிலேயே வேறு சில தவறுகள் மாட்டும்.

இப்படியே அவர் தருவதும், அதில் சுலபமாக அவரே கண்டு தவிர்த்திருக்கக் கூடிய சில தவறுகள் இருப்பதும் தொடர்ந்தன. ஒரு முறை அவர் கொண்டுவந்து நீட்டிய பேப்பரை வாங்காமலேயே, நீங்கள் ஒருமுறை முழுவதும் படித்துப் பாருங்கள். பிறகு தாருங்கள் என்றேன். தயங்கியபடியே வாங்கினார். இங்கேயே அமர்ந்து படியுங் கள். எல்லாவற்றையும் நீங்களே கண்டுபிடித்துச் சரிசெய்துவிட்டுத் தான் தரவேண்டும் என்றேன். தயங்கினார். கட்டாயப்படுத்தினேன்.

படித்தார். கையில் இருந்த பென்சிலால் திருத்தத் தொடங்கினார். என்ன ஆச்சரியம்! நான் என்ன எல்லாம் கண்டுபிடிக்க முடியுமோ, அத்தனையையும் அவரே கண்டார். திருத்தினார். பின், என்னிடம் பேப்பரைக் கொடுத்தார். என்ன முயன்றும் நான் புதிதாகச் சொல்ல அதில் எந்தத் தவறுமே இல்லை.

அதுவரை நான் கொண்டிருந்த அபிப்பிராயம், 'அவர் சரியாகச் செய்யத் தெரியாதவர். தவிர, நான்தான் ஒவ்வொரு சிறு தவறையும் கண்டுபிடித்து அவருக்குச் சொல்ல வேண்டியிருக்கிறது' என்பது.

ஆனால், அன்றைக்கு என்னுடைய எண்ணம் மாறியது. அவருக்கும் தவறுகளைக் கண்டுபிடிக்கத்தெரியும். அப்படியென்றால் அவர் விவரம் தெரிந்தவர்தான். ஆனால் அவரால் முடியாதது. அந்தத் தவறுகளை அவரே கண்டுபிடித்துத் திருத்தி எடுத்து வருவது. அதுதான் அவரிடம் இருந்த பிரச்னை.

அவசரம் காரணமோ அல்லது அக்கறை இன்மை காரணமோ அல்லது அணுகுமுறையில் பிழையோ, அவர் தயாரிப்பதை அவர் ஒருபோதும் படித்துப் பார்ப்பது இல்லை. செய்து முடித்தவுடனேயே எடுத்துக் கொண்டு ஓடிவந்து தந்துவிடுவார். சரிபார்த்துவிட்டுத் தருவது என்கிற பழக்கத்தை மட்டும் அவர் தொடக்கத்திலிருந்து கடைபிடித்திருந்தால், எவ்வளவோ நல்ல பெயர் எடுத்திருக்கலாம். தெரிந்திருந்தும் செய்யாதவர்.

நான் அவரிடத்தில் சொல்வதுண்டு: பாண்டியன், பேப்பர் உங்களிடம் இருக்கும் வரை, அதில் உள்ள தவறுகளை நீங்களே திருத்தலாம். அதைப்பற்றி எனக்குத் தெரியவே வராது. ஆனால், நீங்கள் அதை முடிந்துவிட்டதாக என்னிடம் கொடுத்த பிறகு, அதுதான் உங்கள் தரமாக என்னால் முடிவுசெய்யப்படும். என்னோடு சேர்ந்து உங்களாலேயே அந்தத் தவறுகளைக் கண்டுபிடிக்க முடிந்தாலும் பலனில்லை. உங்களுக்கு அவப்பெயர்தான். அதனால் இறுதியாக என்னிடம் கொடுப்பதற்கு முன், வேறு ஒருவர் படிப்பது போலவே, நீங்கள் தயாரித்ததை நீங்களே ஒரு முறையேனும் படித்துப் பாருங்கள்.'

ஆனால் அவர் அப்படிச் செய்ததேயில்லை.

பாண்டியன் மட்டுமில்லை. பலரும் செய்யும் தவறு இதேதான். ஒரு வேலை எப்போது முடிகிறது என்பதைச் சரியாகப் புரிந்து கொள்ளாத வர்கள். அதனால், நிறைவடையும் முன்னரே அதை முடித்து விட்டதாக எண்ணிக் கொடுத்துவிடுகிறார்கள்.

எந்த வேலைக்கும் மூன்று பகுதிகள் உண்டு. முதல் பகுதி, வேலையை எப்படிச் செய்வது என்பதைப்பற்றி யோசிப்பது, திட்டமிடுவது. இரண்டாவது பகுதி, வேலையை செய்வது.

அந்தச் சிலர் நினைக்கலாம், 'இது என்ன! வேலை செய்வது இரண்டாம் பகுதி என்றால், மூன்றாவது பகுதியாக வேறு என்ன வேலை இருக்கமுடியும்? எங்கிருந்து வருகிறது மூன்றாம் பகுதி' என்று. அந்த மூன்றாம் பகுதிதான் - பாண்டியன் போன்ற சிலர் தவறவிடுவது. அது செய்த வேலையைச் செய்தவரே ஒரு முறை சரிபார்ப்பது.

திட்டமிடுகிற முதல் பகுதியைக்கூடப் பலரும் செய்துவிடுகிறார்கள். ஆனால் பெரும்பாலானவர்கள் தவறவிடுவது மூன்றாவது பகுதியைத் தான்.

தேர்வுகளில் மிக அதிகமான அல்லது நூற்றுக்கு நூறு மதிப்பெண்கள் பெறுகிற பிள்ளைகள்கூட இந்த மூன்றாவது பகுதியையும் சரியாகச் செய்வதால்தான் அப்படிப்பட்ட முழு வெற்றியைப் பெறுகிறார்கள். விடை எழுதிய தாள்களைக் கொடுக்கும் முன்னர் அவர்களே ஒரு முறை அதைச் சரி பார்க்கிறார்கள். அதனால் விடுபட்டுப் போனவற்றை எழுதுவது மற்றும், தவறுகள் ஏதேனும் நிகழ்ந்திருந்தால் அவற்றைச் சரிசெய்யும் வாய்ப்பையும் பெறுகிறார்கள்.

அவர்கள் கையில் இருக்கும் வரை அந்தப் பேப்பரில் அவர்கள் எதையும் கூடுதலாகவோ அல்லது மாற்றியோ எழுதலாம். நூல் கொண்டு கட்டி, முடிபோட்டு கொடுத்துவிட்ட பிறகு, அது அவர்கள் பேப்பர் அல்ல. அவர்களால் அதில் திருத்தம் செய்ய முடியாது. ஆசிரியர்தான் திருத்துவார். தவறுகளுக்கு மதிப்பெண்கள் குறைப்பார்.

எந்த வேலையைச் செய்தாலும், அதிலும் குறிப்பாக முக்கியமான வேலைகளில், வேலையை முடித்த பிறகு இயன்றவரை கட்டாயமாக, அதைச் சரிபார்க்க வேண்டும். அதில் போகும் நேரம், வீண் அல்ல. அது Rework செய்யும் மிகுதியான நேரத்தை மீதப்படுத்தித் தரும் அதிகப் பயனுள்ள செயல். வேலையின் முக்கிய பகுதிகளில் ஒன்று அது.

மாற்றி யோசிப்பது

குமார் என்று ஒரு அலுவலர். சென்னையில் நுங்கம்பாக்கத்தில் அமைந்துள்ள ஒரு நிறுவனத்தில் பணிபுரிபவர். பெரம்பூரில் இருக்கும் அவருடைய வீட்டில் இருந்து இருசக்கர வாகனத்தில் தினசரி வேலைக்கு வந்து போகிறவர்.

சாதாரணமாக அவர் அலுவலகம் வந்துசேர ஒரு மணிநேரம் ஆகிவிடும். ஆனால் ஒருகுறிப்பிட்ட தினம், வீட்டில் இருந்து கிளம்பிய முப்பதே நிமிடத்தில் அலுவலகம் வந்துசேர்ந்து விட்டார். அவராலேயே அதை நம்பமுடியவில்லை.

ஆமாம் அன்றைக்கு மட்டும் எப்படி அவரால் அவ்வளவு குறுகிய நேரத்தில் வரமுடிந்தது? கேட்டதற்கு சந்தோஷமாகப் பதில் சொன்னார்:

சாலையில் போக்குவரத்து நெரிசலே இல்லை.'

அதே பெரம்பூரிலிருந்து அதே நுங்கம்பாக்கத்துக்குத்தான் அன்றும் வந்தார். அதில் மாற்றமில்லை. பயன்படுத்தியதும் அவருடைய அதே பழைய வண்டியைத்தான். ஆனால், ஆன நேரம் மட்டும் வழக்கமாக ஆவதில் சரிபாதி மட்டும் ஆனது. மீதி நேரமெல்லாம் மிச்சம்.

நன்றாக இருக்கிறதே! இது எப்படி சாத்தியம் ஆனது?

அவர் பயணம் செய்த நேரத்தில் இருக்கிறது ரகசியம். வழக்கமாக அவர் காலை எட்டு மணிக்கும் எட்டேகாலுக்கும் கிளம்புவார். பள்ளி, கல்லூரி செல்லும் மாணவர்கள், அலுவலகத்துக்குப் புறப்பட்டுச் செல்பவர்கள், மற்றவர்கள் என்று பலரும் ஒரே நேரம் பயணப்பட, சாலைகளில் நெரிசல். சிக்னல்களில் காத்திருப்பு. அதனால் போக்குவரத்தில் சுணக்கம். எல்லோருக்கும் கூடுதல் நேரம் ஆகும்.

ஆனால், அந்தக் குறிப்பிட்ட தினத்தன்று, காலை ஆறு மணிக்கே அலுவலகத்தில் இருக்கவேண்டிய கட்டாயம். அதனால் அவர் கிளம்பவேண்டி வந்தது காலை ஐந்து மணிக்கு. அவ்வளவு விடிகாலையில் கிளம்பி வந்ததால், சாலையில் நடமாட்டம் குறைவு. நெரிசல் என்கிற பேச்சுக்கே இடமில்லை. மனிதர் மிகச் சுலபமாக அரை மணி நேரத்தில் அலுவலகம் வந்து சேர்ந்துவிட்டார்.

தீபாவளிக்கு முன்தினம் துணிமணி வாங்கப் போனால் எப்படியிருக்கும்? கூட்டமாகத்தானே! கடைத்தெருவுக்குள் போகவே வழக்கத்தை விடக் கூடுதல் நேரமெடுக்கும். கடையினுள்ளே, கடைக் காரர் கவனத்தைப் பெறவும், துணிகள் எடுக்கவும் பில் போட்டு வெளிவரவும் நிச்சயம் கூடுதல் நேரமாகத்தான் செய்யும்.

தொடர்வண்டி பயண டிக்கெட் எடுப்பதற்கு, மின்சாரக் கட்டணம் செலுத்துவதற்கு, வருமான வரி தாக்கல் செய்வதற்கு என்று எங்கே

கடைசி நேரங்களில் போனாலும், நீண்ட வரிசைகளையும் முண்டியடிக்கும் கூட்டத்தையும்தான் சந்திக்க வேண்டிவரும். கூடுதல் நேரம் செலவழிக்க வேண்டிய கட்டாயம் ஏற்படும்.

பயனுள்ள பலவற்றைச் செய்யத் தேவைப்படும் மதிப்புமிக்க நேரம், எத்தனையோ வழிகளில் வீணாகிறது. அவற்றில் சில, நெரிசலில் பயணப்படுவது, கூட்டங்களில் மாட்டிக்கொள்வது, நீண்ட வரிசைகளில் காத்திருப்பது.

நேரத்தை மீதப்படுத்த வேண்டுமென்றால், வெளியுலகத்தைக் குறை சொல்லிக் கொண்டிருக்காமல், மாற்ற முயன்று தோற்றுப் போய்க் கொண்டிருக்காமல், நம்மைச் சற்றே மாற்றிக் கொள்வதன் மூலம் அவற்றை வெல்லலாம்.

பலவற்றையும் எல்லோரும் செய்யும் அதே நேரம்தான் நாமும் செய்யவேண்டுமா, என்ன?

எண்ணிப் பார்த்தால் தெரியும். எல்லா நெரிசல் மிகுந்த இடங்களுமே சில குறிப்பிட்ட நேரங்களில், லகுவாக அணுகக்கூடியதாக இருக்கும். அது சுற்றுலாத் தலங்களோ, வழிபாட்டு இடங்களோ, வர்த்தக மாளிகைகளோ, எல்லாவற்றுக்குமே ஒரு 'லீன் பீரியட்' உண்டு. அந்த நேரம் அங்கே போகக்கூடிய அளவில் நாம் சற்று மாறிக்கொண்டால் போதும், பெரிய நேர சேமிப்புப் பலன்களைப் பெறலாம்.

எப்போதும் செய்வதையே இப்போதும் செய்தால், எப்போதும் கிடைப்பதே இப்போது கிடைக்கும். இதனால் மாற்றிச் செய்துதான் கூடுதல் பலன்களைப் பெறமுடியும்.

படிக்கிற பிள்ளைக்கும் வீட்டில் படிக்க முடியாத சூழ்நிலை இருக்கிறதா? விடியற்காலை மற்றவர்கள் எழுவதற்குச் சில மணி நேரங்கள் முன்பு எழுந்தால் எப்படியிருக்கும்?

ஏதோ ஒன்றுக்காக ஊரே ஓரிடத்தில் கூடுகிறதா? அதுசமயம், மற்ற இடங்களில் எப்படிக் கூட்டமிருக்கும்!

வெளியிடங்களில் தொலைக்காட்சி மிகவும் எதிர்பார்க்கப்படும் நிகழ்ச்சியா, அந்த நேரம் மற்ற கூட்டங்களில் ஆட்கள் குறைவாகத் தான் இருப்பார்கள்.

மூன்று நாட்கள் தொடர்ந்து விடுமுறையா? பயணச்சீட்டுகளுக்குப் போட்டி அதிகம்தான் இருக்கும். ஆனால் அதற்கும் முன்பின் தினங்கள் அல்லது அதற்கும் அடுத்த வாரம்?

கோடைகாலத்தில் அணுகச் சிரமமான சுற்றுலா இடங்களா? வேறு காலம் பற்றி யோசிக்கலாமே!

கூட்டத்தோடு கூட்டம் என்றால் நெரிசலில் நம்முடைய மதிப்பு மிக்க நேரம் போகத்தான் செய்யும். சிலவற்றைச் சற்று நேரம் மாற்றிச் செய்வதன் மூலம் ஆகக்கூடிய நேரத்தை மீதப்படுத்தலாம். திட்டமிட்டுக் கொண்டு முன்கூட்டியே சரியாகச் செய்வதன் மூலமும் நேரத்தை மீதப்படுத்தலாம்.

சற்று மாற்றி யோசிக்கவேண்டும். அவ்வளவுதான்.

எல்லைகளில் கவனம்

சாதாரணமாக ஒருவர் முகச் சவரம் செய்துகொள்ள எவ்வளவு நேரம் பிடிக்கும்? என்ன இப்படிப்பட்ட விஷயம் பற்றி ஒரு கேள்வி என்ற ஆச்சரியமாக இருக்கிறதோ! இருக்கட்டும். அதுவும் ஒரு வேலைதானே. பலருக்கு தினசரியே செய்துகொள்ள வேண்டிய வேலையல்லவா! அதற்கும் நேரம் செலவு செய்ய வேண்டி யிருக்கிறதே. சரி. சுயமாகச் செய்துகொள்ளப் பத்து நிமிடங்கள் ஆகின்றன என்று வைத்துக்கொள்வோம். அதே வேலையை எட்டு அல்லது ஏழு நிமிடங்களில் செய்து முடித்துவிடமுடியுமா?

பதிலைப் பார்ப்பதற்கு முன் இன்னொரு கேள்வி. ஓரிடத்தில் இருந்து மற்றொரு இடத்துக்கு இருசக்கர மோட்டார் வாகனத்தில் போவதற்கு 30 நிமிடங்கள் ஆகின்றன. அதே இடத்துக்கு அவசரம் காரணமாக 24 அல்லது 20 நிமிடங்களில் போக முடியுமா?

இனி பதில்கள். இரண்டு கேள்விகளுக்கும் ஒரே பதில்தான். ‘முடியும்.’ என்பதுதான் அந்த பதில்.

‘எப்படி முடியும்?’

‘இதிலென்ன ஆச்சரியம்! செய்கிற வேலையை வேகமாகச் செய்தால் போயிற்று! 10% விழுக்காடு சீக்கிரம் செய்யவேண்டும். அவ்வளவுதானே! செய்துவிடமுடியாதா என்ன?‘

முடியும் தான். ஆனால்...

என்ன ஆனால்!

வேகமாகச் செய்யும்போது பிரச்னை வரலாமே! அவசரமாகச் சவரம் செய்தால் கத்தி அல்லது பிளேடு, முகத்தில் கீறிவிடலாம். அவசரத்தில் மீசையின் ஓரங்களையும் வழித்துவிடும் ஆபத்து இருக்கிறது.

உண்மைதான்...

வேகமாக வண்டி ஓட்டுகிறேன் என்று வண்டியை எவர் மீதும் மோதிவிடலாம். வேகமாகப் போகும்போது, விபத்துகள் ஆகும் சாத்தியம் அதிகரிக்கிறது.

சரிதான். அந்த ஆபத்தும் இருக்கத்தான் இருக்கிறது.

சவரம் அல்லது வண்டி ஓட்டுதல்தான் என்றில்லை. எல்லா வேலைகளிலுமே குறிப்பிடப்போகும் இந்த அணுகுமுறையைப் பயன்படுத்தலாம். உதாரணத்துக்காக அதே முகச்சவரம் மற்றும் வண்டி ஓட்டுதலைப் பற்றிப் பார்க்கலாம்.

முகத்திலே சவரம் செய்யும் போது, எவற்றில் எந்த இடங்களில் கவனமாக இருக்க வேண்டும்? கிருதா அளவு மற்றும் மீசை அளவு மாறிவிடக்கூடாது. வேகமாகச் செய்கிறேன் என்று அந்த இடங்களில் அதிகம் மழித்துவிடக்கூடாது. அங்கே கவனம் அதிகம் தேவை. மெதுவாகத்தான் செய்யவேண்டும்.

சாலைகளில் எந்த நேரம் மிகக் கவனமாக வண்டி ஓட்ட வேண்டும்?'

சாலைகளில் போகும்போது, எதிரிலும் பக்கவாட்டுகளிலும் வண்டிகள் வரும் இடங்களில் மெதுவாகவே போக வேண்டும். அந்த இடங்களில் நம் வண்டியின் வேகத்தைக் குறைத்து கவனத்துடன் ஓட்டவேண்டும்.

என்ன இது? வேகமாகச் செய்து முடிக்க, போக வழிகேட்டால், மெதுவாகச் செய்யும் வழி சொல்லப்படுகிறது என்கிற எண்ணம் வருமே!

முன்பு பார்த்த, 'எல்லாம் ஒன்றல்ல' என்ற அணுகுமுறை நினைவிருக்கலாம். எல்லாம் ஒரே அளவு முக்கியமல்ல

என்பதையும் முன் அத்தியாயங்களில் பார்த்தோம். இதுவும் அதே போன்றுதான். எல்லா வேலைகளையும் ஒரே அளவு கவனமாகச் செய்யவேண்டியதில்லை என்பதுதான் தகவல்.

இண்டஸ்டிரியல் இன்ஜினியரிங் என்கிற ஒரு துறையில், வேல்யு இன்ஜினியரிங் என்று ஒரு பகுதி உண்டு. அதன் அணுகுமுறை வித்தியாசமானது.

தொழிற்சாலையில் உற்பத்தி செய்யப்படும் புதிய கார் ஒன்றின் வெளிப்பகுதி இருக்கவேண்டிய அளவுக்கு அதே காரின் உட்பகுதிகளும் பளபளப்பாக இருக்கவேண்டும் என்கிற அவசியமில்லை. உள் பாகங்களில் ஏற்றும் பளபளப்பினால் பயன்படுத்துபவருக்கு எந்த வேல்யு (மதிப்பு) வும் இல்லை. அங்கே, அவ்வளவு செலவு செய்வது தேவையற்றது.

அதேபோல, வெளியில் அழகுக்காக அமைக்கப்படும் பகுதிகள் உள்ளே இயங்க வேண்டிய பாகங்களின் அளவுக்கு வலுவாக இருக்க வேண்டியதில்லை. அங்கே சேர்க்கிற வலு எல்லாம் வீண். அவற்றால் பயன்பாட்டிலோ, விலையிலோ கூடுதல் மதிப்பு வராது.

இப்படியெல்லாம் எங்கே எதற்கு எவ்வளவு தேவை, எவ்வளவு இருந்தால் போதும் என்று யோசித்துப் போதுமான அளவு மட்டுமே செலவு செய்வதுதான் வேல்யு இன்ஜினியரிங். முகச் சவரம் செய்து கொள்வது, வண்டியில் ஓரிடத்தில் இருந்து மற்றொரு இடத்துக்குப் போவது போன்றவற்றில் செலவிடும் நேரத்திலும் அதே போன்ற வேல்யு இன்ஜினியரிங் செய்யலாம்.

இங்கே குறைக்கவேண்டியது பணச்செலவை அல்ல; நேரச் செலவை. மழிக்கும் நேரம், கிருதா அருகே கூடுதல் கவனம் தேவை. மீசை அருகேயும் கவனம் தேவை. பரு இருந்தால் அதன் அருகிலும் கவனம் தேவை. அவ்வளவுதான். மற்ற இடங்களில் வேகம் கூட்டலாம். அதில்தான் நேரம் மிச்சமாகும்.

அடுத்து வண்டியில் பயணிப்பது. மொத்தம் நாற்பது கி.மீ.தூரம் வண்டியில் போகவேண்டும். பள்ளிகளுக்கு அருகில் நிதானம். சிக்னல் அருகில் பொறுமை. பின்பு ஆள் மற்றும் ஏனைய வண்டிகள் போக்குவரத்து இல்லாத இடங்களில் கணிசமான வேகம்.

மற்றுமொரு எளிமையான உதாரணமும் பார்த்துவிடலாம்.

பள்ளியில் படிக்கும் மகன், தரையில் அமர்ந்து வரைபடம் ஒன்றுக்கு வண்ணம் தீட்டிக்கொண்டிருக்கிறான். தமிழக வரைபடம் என்று வைத்துக்கொள்வோம். மொத்தம் 32 மாவட்டங்கள். ஒவ்வொன்றும் தனித்தனியாகப் 'பளிச்' சென்று தெரியும்படி, வண்ணம் தீட்ட வேண்டும். ஒவ்வொரு மாவட்டத்துக்கும் ஒரு நிறம் கொடுக்க வேண்டும்.

எந்த இடங்களில் அவன் கவனமாகத் தீட்ட வேண்டும்? எங்கே அவன் வேகமாகத் தீட்டலாம்? முதலில், மாவட்டம் ஒன்றின் எல்லைகளில் அந்த மாவட்டத்துக்குத் தீட்ட வேண்டிய வண்ணத்தைக் கவனமாக வரைய வேண்டும். (கூடுதல் நேரம், கவனம்) அந்த மாவட்டத்தின் உள்பகுதியில் வேகமாகத் தீட்டலாம். பென்சிலோ தூரிகையோ, வேகம் காரணமாக அப்படி இப்படிச் சற்று நகர்ந்து விட்டாலும் பிரச்னையிருக்காது. காரணம் எப்படியும் அது எல்லை தாண்டாது. அதுதான் கிடைக்கும் சலுகை.

நிர்வாகத்துக்கும் தொழிற்சங்கத்துக்கும் இடையே பேச்சுவார்த்தை நடக்கிறது என்றால், இருதரப்புகளும் கலந்து பேசும் எல்லா விஷயங்களுமே ஒரே அளவு முக்கியத்துவம் வாய்ந்தவை அல்ல. பேசப்படும் சில விஷயங்கள் மாவட்ட எல்லைகள் போல மிக முக்கியமானவையாக இருக்கும். சில நடமாட்டம் அதிகம் இருக்கும் சாலை சந்திப்புகள் போல அங்கேயும் அதிகக் கவனம் காட்டவேண்டும். மற்ற இடங்களில் வேகம் சரிதான். அவற்றைத் துரிதமாகப் பேசி முடிக்கலாம்.

கிரிக்கெட் விளையாட்டில் நம் அணிக்காக மட்டை பிடித்து ஆடுகிறோம் என்றால், விக்கெட் விழாமல் கவனமாக ஆடவேண்டும். அதற்காக ஓட்டமே எடுக்காமல் நிதானமாகவே ஆட்டம் முழுவதுமே ஆடமுடியுமா? ரசிப்பார்களா? விடுவார்களா? வெற்றி கிடைக்குமா? அடிக்கக் கூடிய பந்தை (லூஸ் பால்) சரியாகச் தேர்வு செய்து, அவற்றை விளாச வேண்டும். குனிந்து மரியாதை யாகத் தடுத்து ஆடவேண்டிய பந்துக்கு, அந்த மரியாதை (கவனம்) காட்டத்தான் வேண்டும்.

ஒரு கணக்கர், நிறுவனத்தின் ஊழியர்கள் சமர்ப்பிக்கும் பில்களைச் சோதனை செய்கிறார் என்றால், எல்லா பில்களையும் ஒரே அளவு கவனமாக ஆராயத்தேவையில்லை. சிலவற்றில் மட்டும் (கொடுக்கும் நபர் அல்லது தொகையின் அளவு அல்லது பில் தரும்

நிறுவனத்தைப் பொறுத்து) அவர் கூடுதல் நேரம் செலவழிக்கலாம். எல்லா பில்களையும் துருவித்துருவி ஆராய்ந்து கொண்டிருக்கத் தேவையில்லை.

எல்லா வேலைகளும் ஒன்றல்ல என்பது போலவே, வேலைகளின் எல்லாப் பகுதிகளையும் ஒரே அளவு கவனமாகச் செய்து நேரத்தை விரயமாக்கத் தேவையில்லை.

எந்தப் பகுதி முக்கியமானது எதில் அதிக கவனம் இருந்தால் போதும் என்பதை வேறுபடுத்தத் தெரிவதிலும், அதைச் சரியாக நடைமுறைப் படுத்தத் தெரிவதிலும்தான் இருக்கிறது-நேர மேலாண்மையின் வெற்றி சூட்சுமம்.

லைன் பேலன்சிங்

மார்கழி மாதம் ஒருநாள் விடியற்காலையில் திருப்பள்ளி எழுச்சி பார்ப்பதற்காக, மைலாப்பூர் கபாலீசுவரர் கோயிலுக்குப் போயிருந்தேன்.

திருப்பள்ளி எழுச்சி எப்படி நடக்கும் என்பது பற்றி தெரிந்திருக் கலாம். விநாயகர், ஈஸ்வரன், அம்பாள், முருகன் என்று மொத்தம் நான்கு சன்னதிகளில் உள்ள தெய்வங்களுக்கும் அபிஷேகம் நடக்கும். அதன்பின் அலங்காரம் செய்து தீப ஆராதனை செய்வார்கள்.

அபிஷேகம் என்றால், நீர், பால், சந்தனம், மஞ்சள் திரவியப்பொடி என்று பல பொருட்களையும் ஒவ்வொன்றாக தெய்வச் சிலையின் மீது ஊற்றுவார்கள். அதன்பின் ஆடைகள், ஆபரணங்கள் மற்றும் மலர்கள் கொண்டு அலங்காரம் செய்வார்கள். அதுவும் நேரமெடுக்கும் (திருப்) பணிதான். தவிர, தீப ஆராதனை என்றால் ஒருமுறை மட்டுமே கற்பூரம் காட்டுவதல்ல. அதிலும் பல வகைகள் உண்டு. பெரிய தீபம் உட்படப் பல தீபங்கள் காட்டுவார்கள்.

நான்கு சன்னதிகளிலும் இவ்வளவையும் செய்யவேண்டும்! எல்லா வற்றையும் செய்துமுடிக்க நிறைய நேரமாகும் என்று நினைத்துக் கொண்டேன். ஆனால் ஆச்சரியமாக, நான் எதிர்பார்த்ததில், மற்ற சில கோவில்களில் நடக்கும் நேரத்தில் பாதியளவு நேரத்திலேயே எல்லாம் நன்றாகவே முடிந்தன.

எப்படி எல்லாவற்றையும் குறுகிய நேரத்தில் செய்துவிட்டார்கள் என்று யோசித்தேன். அவர்கள் செய்தவிதம்தான் அதற்குக் காரணம்

என்று புரிந்தது. அவர்கள் பல்வேறு தொழிற்சாலைகளிலும் உற்பத்திக் கூடங்களில் செய்யும் 'லைன் பேலன்ஸிங்' முறையை (அதன் பெயர் தெரியாமலேயே) அங்கே பயன்படுத்துகிறார்கள்.

'லைன் பேலன்ஸிங்' என்பது உற்பத்திக்கூடங்களில் அதிலும் குறிப்பாக, அசெம்பிளி லைன் உற்பத்திக் கூடங்களில் செய்யப்படுகிற ஒரு முக்கிய ஏற்பாடு. இதுவும் ஒரு இண்டஸ்டிரியல் இன்ஜினியரிங் டெக்னிக்தான். லைன் பேலன்சிங் பற்றிப் புரிந்துகொள்ள, ஒரு வாஷிங் மிஷின் உற்பத்தி செய்யும் தொழிற்கூடத்தில் என்னவெல்லாம் செய்வார்கள் என்பதை உதாரணமாகப் பார்க்கலாம்.

அங்கே நடைபெறுவது அசெம்பிளி லைன் உற்பத்தி. அசெம்பிளி லைன் என்றால் பலரும் வரிசையில் நிற்க, அவர்கள் முன்பாக வேலை செய்யவேண்டிய பொருள் வரும். ஆயத்தமாக நிற்கும் ஊழியர்கள் அதில் அவர்கள் செய்யவேண்டிய வேலையைச் செய்வார்கள்.

ஆமாம். வேலை செய்யவேண்டியவர் நகரவே தேவையில்லை. பொருட்கள் நகர்ந்து அவர்கள் முன் வந்து நிற்கும். பொருட்களை நகர்த்திக்கொண்டுவருவது கண்வேயர் பெல்ட்.

முதலில், வாஷிங் மிஷினில் உள்ளே இருக்கும் சில்வர்பாத்திரம் (Tub), கன்வேயர் பெல்ட்டில் ஏற்றப்படும். அதை அங்கே ஏற்றுவதற்காக ஒரு ஊழியர் நிற்பார். குறிப்பிட்ட நேரம் மட்டுமே நகராமல் நிற்கும் கன்வேயர் பெல்ட் மீது, சரியான இடத்தில் அவர் அந்தப் பாத்திரத்தை வைப்பார். உடனே பெல்ட் நகரும். கன்வேயர் பெல்ட் நகர்வதால், அவர் ஏற்றிவிட்ட அந்தப் பாத்திரம், அடுத்து நிற்கும் ஒரு ஊழியர் முன் போய் நிற்கும்.

ஆயத்தமாக நிற்கும் அந்த இரண்டாவது ஊழியர், உடனே, அந்தப் பாத்திரத்தில் மாட்டவேண்டிய ஒரு ரப்பர் பைப்பை மாட்டி விடுவார். பெல்ட் நகராமல் நிற்கும் அந்தக் குறிப்பிட்ட நேரத்துக்குள், அவர் அதைச் செய்துவிட, (செய்யாவிட்டாலும் கூட), பெல்ட் மீண்டும் சில அடிகள் நகர்ந்து போகும். இதனால், முதல் ஊழியர் மாட்டிய பாத்திரம் இப்போது மூன்றாவது ஊழியர் முன்பாக ரப்பர் பைப்பும் மாட்டப்பட்டு நிற்கும். மூன்றாவது ஊழியர் அவர் பொருத்த வேண்டிய பகுதியை அதில் பொருத்த, பெல்ட் மீண்டும் நகர்ந்து நான்காவது நபர் முன் போய் நிற்கும்.

இப்படியே முழு வடிவம் பெறும் வரை பெல்ட் மற்றும் அந்தப் பாத்திரத்தின் 'பயணம்' தொடரும். தொழிற்சாலையில் ஒரே ஒரு வாஷிங் மிஷினா செய்வார்கள்? பெல்ட்டின் ஒவ்வொரு நிறுத்தத்தின் போதும் அந்த வரிசையில் நிற்கும் அத்தனை ஊழியர்களும், அவர்களின் (அதே) வேலையைச் செய்துகொண்டே இருப்பார்கள். அதாவது முதல்நபர், பெல்ட் நகர நகர, ஒவ்வொரு பாத்திரமாக எடுத்து பெல்ட்டின் மீது வைத்துக்கொண்டே இருப்பார். இரண்டாமவர், தொடர்ந்து தன் முன் வரிசையாக வரும் பாத்திரங்களில் பைப்புகளை மாட்டிக்கொண்டே இருப்பார்.

இதுதான் அசெம்பிளி (பொருத்தும்) லைன் (வரிசை) புரொடக்‌ஷன். 'வரிசையாகப் பொருத்தி செய்யும் உற்பத்தி' என்று தமிழில் சொல்லலாம்.

இதற்கும், கோயிலில் நடந்த திருப்பள்ளி எழுச்சிக்கும் நேர மேலாண்மைக்கும் என்ன தொடர்பு?

லைன் பேலன்ஸிங்தான் தொடர்பு.

அசெம்பிளி லைன் சரி. அதென்ன லைன் பேலன்ஸிங்?

முதல் நபர் பாத்திரத்தை எடுத்துவைக்கிறார். இரண்டாமவர் பைப்பைப் பொருத்துகிறார். இரண்டு வேலைகளுக்கும் ஒரே அளவு நேரமா ஆகும்? ஒன்றைச் செய்ய (உதாரணமாக) ஒரு நிமிடமாகலாம். மற்றொன்றுக்கு இரண்டு நிமிடங்களாகலாம்.

இப்படியே அடுத் தடுத்து வரிசையில் நிற்கும் ஊழியர்களால் செய்யப்படும் பல்வேறு வேலைகளுக்கு வெவ்வேறு அளவு நேரம் தேவைப்படலாம். உதாரணத்துக்கு, அந்த அசெம்பிளி லைனில் மொத்தம் 30 விதமான வேலைகள் (டாஸ்க்குகள்) இருக்கின்றன. 30 ஊழியர்கள் வேலை செய்கிறார்கள் என்று வைத்துக்கொள்வோம். அந்த முப்பது வேலைகளில் மிகவும் குறைவான அளவு நேரம் தேவைப்படும் வேலைக்கு 1 நிமிடம் ஆகிறது. மிக அதிக நேரம் தேவைப்படும் வேலையை முடிக்க 3 நிமிடங்கள் ஆகின்றன.

கன்வேயர் பெல்ட் ஒரே அளவு நேரம்தான் நின்று நின்று போக முடியும். அப்படியென்றால், அந்தக் கன்வேயர் குறைந்த பட்சம் எவ்வளவு நேரம் நின்று நின்று நகர வேண்டியிருக்கும்?

மூன்று நிமிடம்தான். காரணம், அதற்குக் குறைவாக நின்றால் மற்றவர்கள் அவர்கள் வேலையைச் செய்து முடிக்கலாம். ஆனால் 3 நிமிடங்கள் தேவைப்படும் வேலை ஆகாது. அதனால் எந்த வேலை அதிகபட்ச நேரம் எடுத்துக்கொள்கிறதோ அதுவே, மொத்த கன்வேயரின் வேகமாகிறது. நாம் உதாரணமாகப் பார்த்துக் கொண்டிருக்கும் கன்வேயர் மூன்று நிமிடங்கள் நின்று நின்று நகரவேண்டும்.

அப்படியென்றால், ஒரே நிமிடத்தில் வேலையை முடித்து விடுபவர்கள், ஒவ்வொரு நிறுத்தத்திலும் தேவையில்லாமல் 2 நிமிடங்கள் காத்திருக்க நேருமே. இரண்டு இரண்டு நிமிடங்களாக பல மணிநேரங்கள் எல்லாம் வீண்தானே!

ஆமாம்.

இதைத் தவிர்க்கவேண்டும். அதைச் செய்வதுதான் லைன் பேலன்ஸிங். எவருமே வேறு எவருக்காகவும் வீணாகக் காத்திருக்காமல், அவர்கள் செய்யக்கூடிய வேலையைத் தொடர்ந்து செய்து கொண்டே இருப்பதுபோல ஏற்பாடு செய்வதுதான் லைன் பேலன்ஸிங்.

என்ன செய்வார்கள் என்றால், ஒரு நிமிடம் மட்டுமே செய்ய வேண்டிய வேலைகளில் ஒரே நபரை வைத்துவிட்டு, மூன்று நிமிடங்கள் செய்யவேண்டிய வேலைகளுக்கு 3 நபர்களை வைப்பார் கள். அதற்கேற்றபடி அசெம்பிளி லைனை வடிவமைப்பார்கள். ஒரே நபர் மூன்று வாஷிங் மிஷின் டப் பில் வேலைகளை முடிக்க, அதே நேரத்தில் வேறு ஒருவர் ஒரே 'டப்' பில் வேலை முடித்தால் போதும். அந்த வேலைக்குக் கூடுதல் ஆட்கள் உண்டு. ஒரு

அகலமான சாலை மூன்று சிறு சாலை களாகப் பிரிந்து சிறிது தூரத்துக்குப்பிறகு ஒன்றாகச் சேருவதுபோல அந்த அசெம்பிளி லைன் அமைக்கப்பட்டிருக்கும். கன்வேயர் பெல்ட் ஒரு நிமிடம் மட்டுமே நின்றுவிட்டு நகரலாம்.

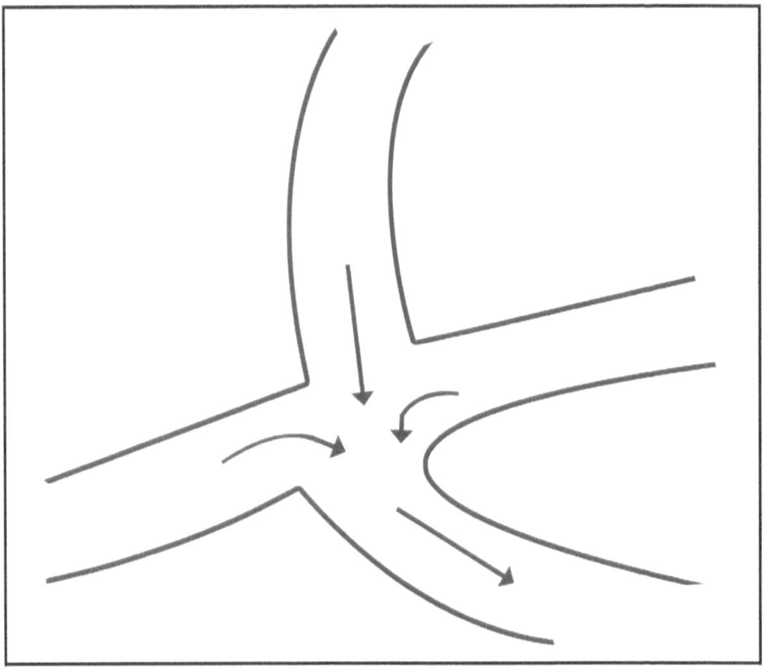

திருப்பள்ளி எழுச்சியிலும் அதேதான் செய்திருக்கிறார்கள். குருக்கள் முதல் சன்னதியில் அபிஷேகம் முடித்து வேகமாக அடுத்து சன்னதிக்கு வர, அங்கே அபிஷேகம். அதை முடித்து மூன்றாவது. உடனே நாலாவது. சற்றும் தாமதிக்காமல் அவரே முதல் சன்னிதிக்கு ஓட வேண்டியிருந்தது. காரணம் அங்கே அலங்காரம் ஆயத்தம் (தயார்) செய்து முடித்திருந்தது. அங்கு அவர் தீபாராதனை காட்டி முடிக்க, இரண்டாவதில் தீபாராதனை. அப்படியே மூன்று மற்றும் நாலில். எங்குமே காத்திருக்கவில்லை. 'மடமட'வென எல்லாம் நல்லபடி யாகவே நடந்தது. ஒவ்வொரு சன்னிதானத்திலும் தனித்தனி உதவியாளர் என்பது மட்டுமல்ல, ஒவ்வொரு சன்னிதானத்திலும் செய்ய வேண்டிய வேலையைப் பொறுத்து, அங்கே உதவியாளர்கள் எண்ணிக்கையும் அதிகப் படுத்தப்பட்டிருக்கிறது. முன்பு பார்த்த சச்சிதானந்தம் கிளினிக்கில்

செய்ததுபோல, குருக்கள் முக்கிய வேலைகளை மட்டுமே செய்ய வழி செய்யப்பட்டிருக்கிறது.

தினசரி நாம் வீட்டிலோ அலுவலகத்திலோ செய்யும் வேலைகளில் சில அதிக நேரம் எடுத்துக்கொள்ளும். அவற்றின் தன்மை அப்படி. வேறு சிலவற்றுக்குக் குறைவான நேரமே தேவைப்படும். இப்படிப் பட்ட பலவும் சேர்ந்துதான் ஒரு பெரிய வேலை முழுமை பெறும் என்றால், அதை லைன் பேலன்ஸிங் முறைப்படித் திட்டமிடலாம்.

சிலவற்றைச் செய்யக் கூடுதல் எண்ணிக்கையிலான இயந்திரங்கள் அல்லது ஆட்களை வைக்கலாம். வேறு சிலவற்றுக்குக் குறைவான எண்ணிக்கையில் வைக்கவேண்டும். தேவைப்படும் நேரத்தைக் கணக்கிட்டு இதைச் செய்யலாம். இப்படிச் செய்து வீண் காத்திருப்புகளைக் குறைக்கலாம்.

ஒன்றன்பின் ஒன்றாகவும் ஒரே நேரத்தில் பலவும் செய்வது

இதை ஆங்கிலத்தில் Sequential - Parallel Work என்று சொல்வோம்.

ஒரு மாடி ஏறுவதற்கு மூன்றுநிமிடங்கள் ஆகுமென்றால், ஐந்து மாடிகள் ஏறுவதற்கு எவ்வளவு நேரமாகும்?

மூன்றை ஐந்தால் பெருக்கினால். உம்.....15 நிமிடங்களாகும்.

சரியான பதில்தான். அடுத்து இன்னொரு கேள்வி. அதைவிடக் கொஞ்சம் சிரமமான கேள்வி.

கேளுங்க.

ஒரு துவைத்த சட்டை காய்வதற்கு 20 நிமிடம் ஆகும் என்றால், ஐந்து சட்டைகள் காய்வதற்கு எவ்வளவு நேரமாகும்?

இதுதான் சிரமமான கணக்கா! இருபதை ஐந்தால் பெருக்கினால் நூறு. ஐந்து சட்டைகள் காய்வதற்கு 100 நிமிடமாகும்.

எதிர்பார்த்ததுபோலவே அவசரப்பட்டுவிட்டாயே! நூறுநிமிடம் எதற்கு? ஐந்து சட்டைகளையும் யாராவது ஒவ்வொன்றாகக் காயப் போடுவார்களா? அடிக்கிற வெயிலில் எல்லாச் சட்டைகளையும் ஒரே கொடியில் ஒன்றாகக் காயப்போட வேண்டியதுதானே! அதே 20 நிமிஷத்தில் எத்தனை சட்டையாக இருந்தால்தான் என்ன! எல்லாம் காய்ந்துவிடாதா?

சிறுவர்களைக் கேட்கும் இந்த வேடிக்கைக் கணக்கில், ஒரு சுவாரசிய மான நேர மேலாண்மை சூட்சுமும் அடங்கியிருப்பது தெரிகிறதா?

வேலைகளில் சில ஒன்றன் பின்னால் மற்றொன்று என்று தொடர்ந்து செய்யக்கூடியவை. அதாவது ஒருவரால் ஒவ்வொரு பக்கமாகத்தான் எழுதமுடியும் என்பது போல இந்த வேலைகளை வரிசை வகை என்று சொல்லலாம்.

உதாரணத்துக்கு, கம்யூட்டரில் டைப் அடித்த பிறகுதான், ஒரு 'மேட்டரை' பிரிண்ட் போட முடியும். திரைப்படம் எடுப்ப தென்றால், படப்பிடிப்பு முடிந்த பிறகு தான், 'வாய்ஸ் டப்பிங்' செய்ய முடியும். சித்திரங்களை வரைந்த பிறகுதான் வர்ணம் பூச முடியும். சமையல் வேலையில் உதாரணம் சொல்லுவதென்றால், சோறு சமைத்த பின்தான் புளியோதரையாகக் கிளற முடியும். இந்த வேலைகளை எல்லாம் வரிசை மாற்றிச் செய்யமுடியாது. ஒன்றை முடிக்காமல் அடுத்ததைச் செய்யமுடியாது. அடுத்தவகை வேலை வித்தியாசமானது. வெயிலில் சட்டைகளைக் காயப்போடுவது போன்ற வேலைகள். ஒரே நேரத்தில் பல வேலைகளைச் செய்யலாம். இது பேரலல் (Parallel) வகை வேலை. ஒன்று நடக்கும்போதே மற்றொரு வேலையையும் செய்யமுடியும். அது முடிந்தால்தான் இது என்கிற கட்டாயம் இந்த வகை வேலைகளில் இல்லை.

வேலைகளில் இரண்டுவிதம் இருக்கிறது என்பது சரி. அதைத் தெரிந்து கொள்வதால் என்ன பயன்?

வெற்றி பெறுபவர்கள், தங்களிடம் இருக்கும் அற்புதமான வளமான நேரத்தைச் சிறிதளவும் வீணாக்காமல் முழுமையாகப் பயன்படுத்து கிறார்கள், நேரத்தை வீண் செய்யாமல் முழுமையாகப் பயன்படுத்தி, வேலைகள் துரிதமாக முடியவேண்டும் என்பது பால பாடம். அப்படி எடுத்த வேலைகளைச் சீக்கிரம் முடித்து, உபயோகமான வேறு சில வேலைகளையும் செய்து முடிக்கலாம். பயன் பெறலாம்.

எடுத்துக்கொண்ட வேலையைத் துரிதமாக முடிக்க, மேலே பார்த்த பேரலல் வகை உதவும். எல்லா வேலைகளையும் பேரலல் முறையில் செய்யமுடிந்தால் நிச்சயம் நன்றாகத்தான் இருக்கும்.

ஆனால் அது சாத்தியமில்லையே! பல வேலைகளை வரிசையாகத் தானே செய்ய வேண்டியிருக்கிறது என்று தோன்றும். ஆனால் அது உண்மையல்ல. மேலோட்டமாகப் பார்த்தால் அப்படித்தான் தெரியும்.

நாம் மட்டுமே நம்முடைய வேலைகள் எல்லாவற்றையும் செய்வ தில்லை. நமக்காக எவ்வளவோ பேர் செய்கிறார்கள். ஆனால் அவர்கள் எப்போது செய்ய ஆரம்பிப்பார்கள்? நாம் அவர்களிடம் நம் வேலையைக் கொடுத்த பிறகு செய்வார்கள். நாம் அவர்களிடம் எப்போது கொடுக்கிறோம்?

உதாரணத்துக்கு ஒருவர் புத்தகம் எழுதுகிறார் என்று வைத்துக் கொள்வோம். அவர் கையால் எழுதியதை, டைப் அடிக்கக் கொடுக்கிறார். டைப் அடித்து வந்ததை, படித்துப் பார்த்துத் திருத்துகிறார். பின்பு அது, பதிப்பாளரிடம் போகிறது. பதிப்பாளர் எடிட்டரிடம் கொடுத்து அதைச் சரி பார்த்துவிட்டு, அச்சுக்கு அனுப்ப, பின் அது புத்தகமாக வெளிவருகிறது.

இந்த வேலையில் மொத்தம் எத்தனை பேர் இருக்கிறார்கள்? புத்தகம் சீக்கிரம் வெளிவர வேண்டும் என்றால், யார் யாரெல்லாம் வேகமாக வேலை செய்யவேண்டும்? அவர்கள் செய்யும் வேலைகள் என்ன என்ன?

இதில் மொத்தம் ஐந்து நபர்களுக்கு ஐந்துவிதமான வேலைகள் இருக்கின்றன.

(1) எழுத்தாளர் - எழுதுவது

(2) தட்டச்சு செய்பவர் - டைப் செய்வது

(3) எழுத்தாளர் - திருத்துவது

(4) எடிட்டர் - சரிபார்ப்பது

(5) அச்சகத்தார் - அச்சடிப்பது

இந்த வேலையைத்தான் என்றில்லை, எந்த வேலையையும் இப்படிப்பட்ட அர்த்தமுள்ள முழுமையான சிறு பகுதிகளாகப் பிரித்துக்கொள்ள முடியும். இப்படிப்பட்ட சிறு ஆனால் முழுமை யான பகுதிகளை, இண்டஸ்ட்ரியல் இன்ஜினியரிங்கில், எலிமென்ட்ஸ் (Elements) என்பார்கள். கூறுகள் என்று தமிழில் சொல்லலாம்.

இந்த உதாரண வேலையில் மொத்தம் 5 கூறுகள் இருக்கின்றன. ஐந்து எலிமென்ட்ஸூம் சேர்ந்து, அந்த வேலை செய்ய ஆகும் நேரம் வேலைக்கான மொத்த நேரமாகும். அதற்குப் பெயர் சைக்கிள் டைம்.

உதாரணத்துக்காக, இந்த ஒவ்வொரு வேலைக்கும் ஒரேபோல 10 நாட்கள் ஆவதாக வைத்துக்கொள்ளுவோம். அப்படியென்றால் புத்தகம் வெளிவர எவ்வளவு நாட்கள் ஆகும்? ஐந்து கூறுகளுக்கும் சேர்ந்து 50 நாட்கள் ஆகும் இல்லையா?

எந்த வேலையானாலும் சரி, அதற்கு ஆகும் 'சைக்கிள் டைம்' குறைப்பதுதான் முன்னேற்றம். இந்த வேலையின் 'சைக்கிள் டைம்' ஆன 50 நாட்களுக்கு குறைவான நேரத்தில் அந்த வேலையை முடிப்பது எப்படி என்று இனி பார்க்கலாம்.

எழுத்தாளர் எழுதிக்கொடுத்தபின்தான் டைப் அடிப்பவரால் அவர் வேலையைத் தொடங்கவே முடியும் அல்லவா? அவர் டைப் அடித்துக்கொடுத்த பின்தான், எழுத்தாளரால் அதைத் திருத்த முடியும். திருத்தும் வேலையை முடித்த பிறகு அது சரிபார்க்கப் பட்டு, பின்பே அச்சடிக்கப்போகும்.

பார்க்கப்போனால், இந்த வேலையில், எல்லாமே ஒன்றன்பின் ஒன்றாக செய்யக்கூடிய கூறுகளாக இருப்பதுபோலத் தெரியும். அப்படி யென்றால் இந்த 50 நாட்கள் என்கிற நேர அளவைக் குறைக்க வழிகள் ஏதுமில்லையா?

எழுத்தாளர் எழுதிய பிறகுதான் டைப் அடிக்க வேண்டும் என்பது சரிதான். ஆனால் அவர் முழுவதையும் எழுதி முடித்தபிறகுதான் டைப் அடிக்க அனுப்பவேண்டுமா? அதற்காக 10 நாட்கள் காத்திருக்க வேண்டுமா? டைப் அடிப்பவர் 11ஆவது நாள்தான் தனது வேலையைத் தொடங்கவேண்டுமா?

அவர் எழுதுவது 200 பக்கங்கள் என்றால், ஏன் அவர், எழுத எழுத அவற்றை டைப் அடிப்பவரிடம் கொடுக்கக்கூடாது? நாள் ஒன்றுக்கு 20 பக்கங்கள் எழுதுவார் என்றால், ஏன் இரண்டாம் நாளே அவரிடம் 20 பக்கங்களைக் கொடுக்கக்கூடாது? அவர் டைப் அடிக்க ஆரம்பிப்பாரே. இப்படியே தொடர்ந்து 10 நாட்களும் செய்ய 20ஆவது நாளில் முடிய வேண்டிய டைப் அடிக்கும் வேலை, 11ஆவது நாளே முடிந்துவிடும்! ஒன்பது நாட்கள் முன்னதாகவே வேலை முடிகிறது.

இதுதான் சீக்குவென்ஷியல் வேலையில் பேரலல் முறையைப் பயன்படுத்துவது.

இந்த ஒரு கூற்றில் செய்த பேரலல் முறையால் மட்டுமே 50 நாட்களில் முடிய வேண்டிய வேலை 15 நாட்களிலேயே முடிந்து விடும். 35 நாட்கள் முன்னதாக!

எழுத்தாளர், எழுதி ஒரு புத்தகம் உருவாக்குவது ஒரு உதாரணம்தான். இதே முறையில் நாம் தினசரி பார்க்கிற பல வேலைகளையும் மேம்படுத்த முடியும். அலுவலக பிராஜெக்ட்டுகளிலும் நேரச் சிக்கனம் செய்ய முடியும். பெரிய நிறுவனங்களில் செய்யப்படும் உற்பத்தித் திறன் பெருக்கம் (புரடெக்டிவிட்டி மேம்பாடு) இப்படியும்தான்.

'அவர் வரட்டும்', 'இது முடியட்டும்', 'அதற்குப் பிறகுதான் இது' என்பன போல, தினம் தினம் நாம் செய்யும் வேலைகள் பலவற்றிலும் நிறைய வீண்கள் ஒளிந்திருக்கின்றன. அவற்றை இனம் கண்டு, ஒழிக்க- நிச்சயமாக வேகம் அதிகரிக்கும். வேலை, சீக்கிரத்தில் முடிவது மட்டுமல்ல, நம் முன்னேற்றமும் அதிகரிக்கும்.

தொடர்ந்து செய்தலும் விட்டு விட்டுச் செய்தலும்

படித்துக்கொண்டிருந்த மகனுக்குத் தேநீர் போடவேண்டும் என்று சமையலறைக்குள் போனார் அந்த அம்மாள். பால் பாத்திரத்தை அடுப்பில் ஏற்றினார். பால் சுட ஆரம்பித்தது. அப்போது வீட்டின் முகப்பறையில் இருந்த தொலைபேசி அழைத்தது. போவதா வேண்டாமா என்று ஒரு கணம் தயங்கினார். விடாமல் அடித்த போனை எடுக்கத்தான்வேண்டும். உடன், போய் யாரென்று கேட்டு விட்டு வருவதற்குள் பால் பொங்கிவிடுமோ என்கிற சந்தேகம் வந்தது. கேஸ் அடுப்பை அணைத்தார். தொலைபேசியை எடுக்கப் போனார். திரும்ப வர பத்து நிமிடங்களாயிற்று.

அம்மா டீ போட்டாயிற்றா?

இதோ தரேண்டா.

பத்து நிமிடங்கள் கழித்து வந்தால் பாத்திரத்தில் இருந்த பாலில் சூடு சிறிதளவும் இல்லை.. ஆறிவிட்டிருந்தது. மீண்டும் அடுப்பைப் பற்ற வைத்தார். பொங்கட்டும் என்று பார்த்துக்கொண்டிருக்கையில் சொல்லி வைத்தது போல மீண்டுமா மணி அடிக்கும்? அடித்தது. இந்த முறை அடித்தது வாசல் கதவின் அழைப்பு மணி. டீயைப் போட்டுவிட்டுப் போகலாமா என்று யோசிக்கக் கூட முடியவில்லை. காரணம் மீண்டும் மீண்டும் அடிக்கப்பட்ட மணி.

என்னவோ யாரோ.

தம்பி, நீ போய் கதவைத் திறக்க முடியுமா?

இல்லம்மா முக்கியமான கணக்கு போட்டுக் கொண்டிருக்கிறேன். என்னைத் தொந்தரவு பண்ணாதீங்க.

வேறு வழியில்லை. அடுப்பை மீண்டும் அணைத்தார். போய்க் கதவைத் திறந்து, வந்த கூரியர் தபாலை, பேனா தேடி எடுத்து, கையெழுத்துப் போட்டு வாங்கிக்கொண்டு, திரும்பி வந்து பார்த்தால், அட சட்! பால் மீண்டும் ஆறிவிட்டது.

அம்மா டீ!

நினைவாகக் கேட்டான் மகன். வேறு வழி? பாலை மீண்டும் சூடு செய்ய ஆரம்பித்தார் அம்மா. என்ன நடக்கிறது இங்கே? எதற்காக யார் வீட்டுக்குள்ளோ நடப்பதை இவ்வளவு விரிவாகப் பார்க்கிறோம்?

இந்த நிகழ்வு, ஒரு வேலையைச் செய்யும்போது என்னவெல்லாம் நிகழ்கிறது என்பதை எடுத்துக்காட்ட மிகைப்படுத்திச் சொல்லப் பட்ட உதாரணம்தான்.

வீட்டிலோ, வேலைசெய்யும் அலுவலகத்திலோ, சொந்த நிறு வனத்திலோ செய்ய வேண்டிய முக்கியமான ஒன்றைப் பற்றி ஒரு சிலர் சேர்ந்து பேசுகிறோம். ஆலோசனை செய்கிறோம்.

பாதி செய்துகொண்டிருக்கிறபோதே வேறு வேலை வருகிறது. அல்லது வேறு எவரோ அங்கே வருகிறார்கள். வேறு பேச்சை ஆரம்பிக்கிறார்கள். அதில் லயித்துவிடுகிறோம். இவற்றின் காரணமாக முதலில் தொடங்கிய வேலை முடியவில்லை.

ஒரு சில நாட்களுக்குப் பிறகு மீண்டும் அதே முக்கிய வேலையைப் பற்றி நினைவு வந்து ஒன்று கூடுகிறோம். சற்று நேரம் ஆனதும், அது முடிவதற்கு முன்பாகவே, வேறு ஏதோ வேலை செய்ய வேண்டி வருகிறது. அந்த அம்மாள் அடுப்பை அணைத்தது போலவே, இவர்களுக்கும் அந்த முக்கிய பேச்சை இடையில் விட்டுவிட்டு அடுத்து வந்த வேலையைப் பார்க்கிறார்கள்.

தனியாளாக நாமே ஏதோ ஒன்றைப் பற்றி யோசிக்கிறோம். அதை முழுமையாக யோசித்து இப்படி அப்படி என்று ஒரு முடிவுக்கு வருவதற்குள், வேறு யோசனைகள் வந்து விடுகின்றன. முன்பு தொடங்கியது அப்படியே அந்தரத்தில் விடப்படுகிறது. இன்னொரு நாள், அதே விஷயத்தைப் பற்றி யோசிக்க முற்படுகிறோம். அதை முதலில் இருந்தே செய்யவேண்டி வருகிறது. முன்பு சுடவைத்திருந்த பால் ஆறிப்போய், மீண்டும் சுடவைக்க நேர்ந்ததைப் போலவேதான்.

மூன்று உதாரணங்களிலும் ஒரே பிரச்னைதான் இருக்கிறது என்பதைக் கவனித்திருக்கலாம். செய்வதை முழுமையாகச் செய்யாமல் என்ன

காரணத்துக்காகவோ விட்டுவிட, அடுத்த முறை விட்ட இடத்தில் இருந்து தொடங்க முடியாமல், மீண்டும் முதலில் இருந்து ஆரம்பிக்க வேண்டியிருக்கிறது. அதனால் நேரம் மற்றும் இன்னும் பலவும் வீணாகின்றன.

இவையெல்லாம் குறிப்பிட்ட விதமான வேலைகள். இவற்றை இடையில் நிறுத்தினால் ஏற்கெனவே செய்தவை வீணாகின்றன.

எல்லா வேலைகளும் இப்படிப்பட்டவை அல்ல. வேறுவிதமான வேலைகளும் இருக்கின்றன. அவற்றைச் சிறிய சிறிய அளவுகளில் பல்வேறு நேரங்களில் செய்யலாம். பாதகம் வராது. உதாரணத்துக்கு ஒரு கட்டம் கட்டுகிற வேலை. அங்கே ஐந்து நாட்கள் வேலை நடக்கிறது. அதன்பின் மழை ஆரம்பிக்கிறது. மூன்று நாட்கள் தொடர்ந்து மழை. கட்டட வேலை நிறுத்தப்படுகிறது. மழை விட்ட நாள், மீண்டும் வேலை தொடங்குகிறது. பத்து நாட்கள் கழித்து செங்கல் வர வேண்டும் என்று மீண்டும் வேலை நிறுத்தப்படுகிறது. செங்கல் வந்திறங்கியதும் வேலை பழையபடி நடக்கிறது.

இந்த வேலையில், கட்டட வேலைகளை நடுவில் நிறுத்தினாலும் செய்தவற்றை மீண்டும் செய்ய வேண்டும் என்ற தேவை ஏற்படவில்லை.

அது வேறு, இது வேறு. இதுபோன்ற சில வேலைகளில் வருவ தில்லையே?

எதைச் செய்வதென்றாலும் அதற்கு முக்கியத்துவம் கொடுக்கலாம். அதை முடித்துவிட்டு அடுத்த வேலை. டீ ஒரு உதாரணம்தான். அலுவலகத்தில் முக்கிய திட்டத்தைப் பற்றிப் பேசுவதென்றால், அதற்குத்தான் முக்கியத்துவம். அதை முடித்துவிட்டுத்தான் அடுத்த வேலை. ஒன்றைப் பற்றிச் சிந்திப்பது என்றால், அதை முழுமை யாகச் சிந்திக்க வேண்டும். நடுவில் கவனச் சிதறல்கள் கூடாது.

சிலவற்றில் இது சாத்தியம்தான். சில சமயங்களில் இப்படிச் செய்யலாம்தான். தொலைபேசி அழைப்புபோல, ஏதேனும் எதிர் பாராதவை முக்கியமானவை எல்லா இடங்களிலும் எதைச் செய்யும் போதும் வரலாம். அப்போது சமாளிப்பது எப்படி?

தேநீர் உதாரணத்தையே எடுத்துக்கொண்டால், கொஞ்சமேனும் சூடான அந்தப் பாலை ஒரு பிளாஸ்கில் ஊற்றி வைத்துவிட்டுப்

போகலாமே. அதுவரை ஏற்பட்டிருந்த சூடு வீணாகாதே. அடுப்பை ஸிம்மில் போட்டுவிட்டுச் செல்லலாமே... சீக்கிரம் பால் பொங்கி விடாது.

குழுவாகப் பேசுகிறோமோ? அது வரை பேசியதைப் பதிவு செய்து வைத்துக் கொள்ளலாம். குறைந்தபட்சம் தாளிலாவது. எதுவரை முடிவு செய்தாகிவிட்டது என்று எழுதி வைத்துக் கொள்ளலாம் (மினிட்ஸ்). 'அடுத்தது எதைப் பேசவேண்டும், எதைப் பேசினால் போதும்?' முடிவு செய்துகொண்டு கலையலாம். அடுத்த முறை விட்ட இடத்தில் இருந்து தொடர, ஏற்கெனவே செய்தது வீண் ஆகாது. புத்தகத்தை விட்ட இடத்தில் இருந்து படிப்பதுபோல.

ஒவ்வொரு முறையும் முதலில் இருந்து படிப்பதென்றால் ஒரு புத்தகத்தை முடிப்பது எப்போது!

இப்படிச் செய்ய, நேர மிச்சம் என்பது மட்டுமல்ல பலன். செய்வதில் ஒரு தொடர்பு இருக்கும். Bits and Pieces என்பார்கள். துண்டு துண்டாக யோசித்தால் ஒட்டாது. ஒரு முழுமை இருக்காது. ஒரே முறை யோசிக்கவேண்டும். அப்படி யோசிப்பது, முடிவு செய்வது ஆகியவற்றைப் பதிவு செய்து வைத்துக்கொள்ளவேண்டும். பின்னர், வேண்டியபோது விட்ட இடத்தில் இருந்து புத்தகம் படிப்பது போல, முடிவு செய்த வேலையின் அடுத்த பகுதியைச் செய்யலாம்.

கட்டடம் கட்டுபவர் ஒரு முறை தீவிரமாக யோசித்து, கலந்து கொள்ள வேண்டியவர்களை எல்லாம் கலந்துகொண்டு முடிவு செய்கிறார். அதன் பிறகு அதுதான் வேலைத்திட்டம். எந்த இடத்தில் வேண்டுமானாலும் நிறுத்தலாம். மீண்டும் தொடங்கலாம். பிரச்னை இல்லை. காரணம். அது எப்படி செய்யப்படவேண்டும் என்று ஏற்கெனவே முடிவு செய்யப்பட்டுவிட்டது. இனி மாறாது.

தச்சர் அறுத்துவிட்டால் முடிந்தது. அதன் பிறகு மரத்தை ஒன்று சேர்க்கலாம்தான். ஆனால் என்ன செய்தாலும் பழைய நிலைமையைக் கொண்டுவர முடியாது. அதனால் அவர் அளப்பார். ஒருமுறை அல்ல. பல முறை. உறுதி செய்துகொண்ட பின்னரே, அறுப்பார்.

நம்முடைய வேலைகளில் அளப்பது என்பது என்ன செய்ய வேண்டும் என்று திட்டமிடுவது. முழுப் படத்தையும் பார்ப்பது. பின்னர், அறுப்பது என்பது வேலையைச் செய்யத் தொடங்குவது.

ஏதுவாக்கிக் கொள்வது எப்படி?

கவனத் திசைதிருப்பிகளை அகற்றி...

சில ஆண்டுகளுக்கு முன் நிகழ்ந்தது இது. நான் என்னுடைய அலுவலக அறையில் அமர்ந்து வேலை செய்துகொண்டிருந்தேன். அப்போது என்னைச் சந்திப்பதற்காக ஒரு பெரிய மனிதர் வந்தார். நிதித்துறையில் முனைவர் பட்டம் வாங்கியவர் அவர். என் மேசைக்கு எதிரே இருந்த நாற்காலியில் அமர்ந்தார். நீங்கள் செய்துகொண்டிருப்பதை முடியுங்கள். நான் காத்திருக்கிறேன்' என்றார்.

வேகமாகச் செய்து முடித்துவிட்டு நிமிர்ந்து பார்த்தேன். அவர் முகத்தில் சின்னதாகச் சிரிப்பு. விவரம் கேட்டேன். உங்கள் மேசையின் மீதுதான் எவ்வளவு முக்கியமான பேப்பர்கள்! என்றார். ஆமாம் என்று சொல்லியபடியே மேசை மீதிருந்த பேப்பர்கள் மீது பார்வையை ஓட்டினேன்.

என் மேலதிகாரியிடம் இருந்து வந்திருந்த பேப்பர், அரசு அலுவலகம் ஒன்றில் இருந்து வந்திருந்த பேப்பர், மாலை போகவேண்டிய நிகழ்ச்சிக்கான அழைப்பிதழ் ஒன்று, திறந்தே வைக்கப்பட்டிருந்த டைரி, அதில் அன்றைக்கு முடிக்க வேண்டியவை பற்றிய குறிப்புகள்.

அவர் சொன்னார், இவ்வளவும் கண்களில் படுமாறு வைத்திருந்தால், செய்கிற வேலையில் முழுக் கவனம் செலுத்த முடியாது. அதை யோசித்துப் பார்த்தேன். உண்மைதான் என்று புரிந்தது. நாள் ஒன்றுக்குப் பல்லாயிரம் சிந்தனைகள் வந்துபோகக் கூடிய இடம், மனது. இந்தச் சிந்தனைகளை உருவாக்குவதில் பலவற்றுக்கும் பங்கு உண்டு. சில நம் பார்வையில் படுபவன. எதெல்லாம் கண்ணில் படுகிறதோ, அதைப் பற்றியெல்லாம் ஏதாவது நினைப்பு வருகிறது. அதேபோல வாகன சத்தம், வெப்ப மாறுதல்கள், வாசனைகள் என்று வெவ்வேறு புலன்கள் மூலம் நம்மைத் தொடும் எல்லாவற்றையும் மனது சிந்திக்க, கவனிக்க, ஆரம்பித்துவிடுகிறது.

முக்கியமான வேலையைச் செய்யவேண்டுமென்றால் அந்த நேரம் நம்முடைய சிந்தனையைக் கவர்கிற, திசை திருப்புகிற விஷயங்கள் எதுவும் கண்ணில் படாமல் பார்த்துக் கொள்ள வேண்டும்.

நாம் வேலை செய்யும் இடத்தில், நம் கவனத்தைத் திருப்புகிற மற்ற பொருட்களை வைக்க வேண்டாம். மேசை மீது கூட செய்ய வேண்டியது மட்டும் இருந்தால் போதும், பிற ஈர்ப்புகளில் இருந்தும் நம்மை விலக்கி வைத்துக்கொள்ளவேண்டும். அதுதான் மனதை ஒருமுகப்படுத்த உதவும்.

எர்கனாமிக்ஸ் (Ergonomics) பயன்படுத்தி...

எந்த வேலையைச் செய்வதென்றாலும், அதற்கு உடலுழைப்பு தேவைப்படுகிறது. நோட்டுப் புத்தகத்தில் பேனா கொண்டு எழுதுவது, அல்லது ஒரு விவரத்தைத் தட்டச்சு செய்வது என்பது போன்ற வேலைகளில் கூட உடலுழைப்பு உண்டு. சில பேனாக்கள் கனமாக அல்லது அளவுக்கு அதிகமாகப் பருமனாக இருக்கும். அவற்றைப் பயன்படுத்தி எழுதினால் கை வலிக்கும். அதிக நேரம் எழுத முடியாது. சில பால்பாயின்ட் பேனாக்களின் மசி (இங்க்) சரியாக வெளிவராது. அதனால் அழுத்தி எழுத வேண்டி வரும். சில பக்கங்கள் எழுதினாலே கை வலிக்கும். இதே போலத்தான் தட்டச்சு செய்வதிலும் சிரமங்கள் வரும்.

ஆனால், அதே பேனா, எழுத ஆரம்பித்தால், அப்படியே வழுக்கிக் கொண்டு ஓடுமளவு சிரமம் கொடுக்காததாக இருந்தால்? கண்டிப்பாகக்

கூடுதல் வேலை செய்ய முடியும். தட்டச்சு இயந்திரங்கள் அழுத்தி அழுத்தி அடிக்குமளவு சிரமம் கொடுக்காமல் இருந்தால் அதிகமான வேலை செய்யமுடியும்.

எளிதான, மிகக் குறைந்த சக்தி தேவைப்படுகிற, இந்த வேலை களிலேயே பயன்படுத்தும் உபகரணங்கள் இவ்வளவு வேறுபாடு களைக் கொடுக்க முடியும் என்றால் இயல்பாகவே அதிக உடலுழைப்பு கேட்கிற வேலைகளில் இயந்திரங்கள் எவ்வளவு வேறுபாடுகளைக் கொடுக்கமுடியும்!

கார்களில் பவர் ஸ்டியரிங் செய்திருக்கும் மாற்றம் இதற்கு ஒரு எடுத்துக்காட்டு. உற்பத்தித் திறனை, செயல்பாட்டுத் திறனை மேம்படுத்துவதற்கு, நாம் எந்த வேலை செய்பவராக இருந்தாலும் அதற்கு ஏற்ற உபகரணங்களை, அதிக உடலுழைப்பு கேட்காத, சக்தி கேட்காத உபகரணங்களாகத் தேர்வு செய்து கொள்ள வேண்டும். ஒரு ஆட்டோ அல்லது பேருந்து ஓட்டுநர், வண்டியில் அமர்ந்து கொண்டு ஓட்டுகிறார். அவருக்கு அந்த வேலை செய்வது சுலபமாக இருக்கிறது. அந்த வண்டியில் உட்கார இருக்கை இல்லாமல் அவர் நின்று கொண்டேதான் ஓட்ட வேண்டும் என்று இருந்தால் எப்படி இருக்கும்? பலரும் தாங்கள் செய்கிற வேலையை, அப்படித்தான் தேவையற்ற சிரமங்களை, தவிர்க்கக்கூடிய உடலுழைப்புகளைக் கொடுத்துச் செய்கிறார்கள். அவற்றைத் தவிர்க்கலாம்.

ஓட்டுபவரின் இடக்கைப் பக்கம் கியர். கால்களுக்குக் கீழே கிளட்ச் மற்றும் பிரேக். வலப் பக்கமும் கண்ணுக்கு மேலே சற்று தூரத்திலும் பின்புறம் வரும் வண்டிகளைப் பார்க்க ஏதுவாக கண்ணாடி (ரியர் வியூ மிரர்).

இவையெல்லாம் காலப்போக்கில் தொடர்ந்து மேம்பாடு செய்யப் பட்டவை. அதிக உழைப்பு கேட்காமல், தேவைப்படுபவன வற்றை முடித்துத் தருபவை. இன்னமும் கூட சில ஆட்டோ ரிக்ஷாக்களில் பெட்ரோல் ரிசர்வுக்கு வந்துவிட்டால், குமிழைத் திருப்ப, ஆட்டோ ஓட்டுனர் வண்டியை நிறுத்திவிட்டு இறங்கிப் போய், வண்டியின் பின்புறம், குமிழைத் திருகிவிட்டு வருவார். இறங்கிப் போதல் என்பது ஒரு கூடுதல் வேலை. தவிர்க்கக்கூடிய வேலை. அந்தக் குமிழ் இருக்க வேண்டிய இடத்தை வடிவமைக்கும் போது இடம் மாற்றியிருந்தால், எத்தனை ஆயிரக்கணக்கான ஓட்டுநர்களின் எத்தனையோ நாட்கள் வேலை, அனாவசியமான நேர விரயம் தவிர்க்கப்படும்.

தேவைப்படும் பொருட்கள், உபகரணங்களை கைக்கெட்டும் தூரங்களில் வைத்துக்கொள்ளவேண்டும். அதற்கேற்றவாறு வேலையிடத்தில் மாறுதல் செய்துகொள்ளவேண்டும்.

சில உணவு விடுதிகளில் பார்த்திருக்கலாம். சின்ன பிள்ளைகளுக்கென்றே ஒருவிதமான அதிக உயரமான நாற்காலி வைத்திருப்பார்கள். அதில் உட்காரும் குழந்தை, மேஜையில் வைக்கும் உணவைச் சுலபமாக எடுக்கக்கூடிய விதமாக அமர்ந்திருக்கும். அதுபோல் கை கழுவும் இடத்தில் குழந்தைகளுக்காக உயரம் குறைவான வாஷ் பேஸின் வைத்திருப்பார்கள்.

இப்படிப்பட்ட சின்ன மாறுதல்களால்தான் எவ்வளவு பலன்! எவ்வளவு சிரமம் தவிர்க்கப்படுகிறது! எல்லோரும் ஒரே உயரம், ஒரு பருமன் அல்ல. தொடர்ந்து வேலை செய்யும் இடங்களில், பயன்படுத்தும் பொருட்களில் நமக்குத் தகுந்த சிறிய மாறுதல்களைச் செய்து கொள்வதன் மூலம், நல்ல பலன்களைப் பெறலாம்.

நாற்காலிகளின் உயரம் மட்டுமல்ல, கை தாங்கிகள், நாற்காலியில் சுகமான மெத்தை, சாயும் முதுகு பகுதியில், கழுத்தைச் சாய்க்கும் இடத்தில் எல்லாம் சரியான வளைவுகள் என்பது போக, சற்று நகர்ந்து நகர்ந்து வேலை செய்பவர்களின் நாற்காலிகளில் சக்கரங்கள், தொடர்ந்து உட்கார்ந்தே வேலை செய்பவர்கள், சற்று சாய்ந்து கொள்ளச் சாயும் வசதியுள்ள நாற்காலி என்று எவ்வளவோ செய்ய முடியும்.

இப்படியெல்லாம் கண்டுபிடித்துச் செய்யும் துறையின் பெயர் எர்கனாமிக்ஸ்.

ஆயத்தம் செய்துகொண்டு...

மருத்துவமனைகளில் அறுவை சிகிச்சை நடைபெறுவதை திரைப் படங்களிலோ விளம்பரப் படங்களிலோ பார்த்திருக்கலாம். ஒரு (அறுவை சிகிச்சை நிபுணத்துவம் பெற்ற மருத்துவர்) தான் அறுவை சிகிச்சை செய்வார். ஆனால், அவரைச்சுற்றிப் பலர் நிற்பார்கள். எதற்காக? அவருக்கு உதவுவதற்காக.

அறுவை சிகிச்சை செய்யப்படும் நோயாளி மயக்கமாகப் படுத்திருப்பார். அவருடைய உடம்பின் ஏதோ ஒரு பகுதியில் வேலை நடக்கும். நடத்துபவர் மருத்துவர். அவர் ஒரு வேலையை முடித்துவிட்டுக் கருவியைக் கொடுக்க, அருகில் நிற்கும் உதவியாளர் வாங்கிக் கொண்டுவிடுவார்கள். மருத்துவர் அடுத்து ஏதோ ஒன்று கேட்க,

ஆயத்தமாக நிற்கும் மற்றொரு உதவியாளர், உடன் எடுத்து நீட்டுவார். இப்படியே பல மணி நேரம் கூட வேலை நடக்கும்.

முக்கியமான ஆபரேஷன், தொடங்கிய பிறகு குறிப்பிட்ட நேரத் துக்குள் முடித்தாக வேண்டும். முடித்தும் விடுவார்கள். அது சாத்திய மாவதற்கு இரண்டு காரணங்கள். ஒன்று, அந்த அறுவை சிகிச்சைக்கு முன்பு பல ஆயத்த வேலைகள் நடந்திருக்கும். இரண்டாவது, அறுவை சிகிச்சையின்போது, நிபுணருக்குப் பலரும் உதவி செய்கிறார்கள்.

இப்படி நடந்ததால் வெற்றிகரமாக முடிந்தது. இந்த இரண்டும், எல்லா வேலைகளுக்கும் பொருந்தும். ஏதாவது முக்கியமான வேலையைச் செய்ய இருக்கிறோம் என்றால், அதற்கான முழுத் தயாரிப்பை முன்பே செய்துவைத்துக்கொண்டு, உரிய உதவியாளர் களுடன் ஆரம்பிக்க வேண்டும். ஆரம்பித்துவிட்டு, தேடக் கூடாது; பாதியில் நிறுத்திவிட்டுக் காத்திருக்க வேண்டாம்.

உதவி எடுத்துக்கொண்டு....

எல்லாவற்றையும் நானே செய்வேன், ஏன் மற்றவர்களுக்காகக் காத்திருக்க வேண்டும் என்பது ஒரு அணுகுமுறை. இது சிலவற்றில் சரியாக வரலாம். வேறு சிலவற்றில் பொருந்தாமலும் போகலாம் எவரால் சிறப்பாகச் செல்லமுடிகிறதோ அவரிடம் அதைச் செய்யச் சொல்லலாமே. இந்த முறையே சில இடங்களில் வெற்றி தரும்.

திரைப்பட இயக்குநர் ஷங்கர் செய்வது இயக்கம். அவருடைய திரைக்கதைக்குக்கூட அவர் எழுத்தாளர் சுஜாதா போன்றவர்களிடம் இருந்து உதவி பெற்றுக்கொண்டிருக்கிறார். இயக்குநர் மணிரத்தினமும் அப்படியே. மிகப் பெரிய வெற்றியாளர்களாகக் கருதப்படும் இந்த இயக்குநர்களின் அணுகுமுறைப்படி, 'என்னுடைய படைப்பின் இறுதி வடிவம் சிறப்பாக இருக்க வேண்டும். அதற்கு வேறு சில வல்லுநர்களின் பங்களிப்பு உதவும். அதை நான் விலை கொடுத்து வாங்கிக் கொள்கிறேன்' என்பதாக இருக்கலாம்.

திறன்மிகுந்த அறுவை சிகிச்சை நிபுணர்கள்கூட உதவியாளர்கள் உதவியுடனேயே, தாங்கள் செய்ய வேண்டியதை வெற்றிகரமாக குறிப்பிட்ட நேரத்துக்குள் முடிக்கிறார்கள். எங்கெங்கே சாத்தியமோ, எங்கெங்கே நேரத்துக்குப் பிரச்னையோ, அங்கேயெல்லாம், இந்த உதவியை வாங்கிக்கொண்டு பயன்படுத்த வேண்டும். தயங்க வேண்டாம்.

மனது வை

அடுத்தவர் சொல்லிச் செய்வதா?

அலுவலகம் ஒன்றில் நடந்த சம்பவம் இது. பாஸ்கர் என்பவர் மேலதிகாரி. அவர் தன்னிடம் பணியாற்றும் சண்முகத்திடம் ஒரு தகவல் கேட்டார். முடிவடையும் வருடம் 2006-07ல் நம் நிறுவனத்தில் இருந்து வெளியேறியவர்களில் எத்தனை பேர் மீண்டும் நம்மிடமே வேலை கேட்டு வந்தார்கள்?

இந்தத் தகவலைச் சேகரிக்கக் கடந்த 12 மாத ரிக்கார்டுகளையும் பார்க்க வேண்டும். அந்த அலுவலகத்தில் கம்ப்யூட்டரில் இந்தத் தகவலைப் பதிவு செய்திருக்கவில்லை. ஒவ்வொரு ரிக்கார்டாகப் பார்த்துத்தான் எடுக்கவேண்டும். சண்முகம், சரி சார் என்றார். ஆனால் வேலையை ஆரம்பிக்கவில்லை. வரட்டும் செய்துவிடலாம் என்று இருந்தார்.

மூன்று நாட்களுக்குப் பிறகு மீண்டும் பாஸ்கர், அந்தத் தகவலைப் பற்றிக் கேட்க, வேறு வேலையில் இருந்துவிட்டேன். தந்து விடுகிறேன் என்றார் சண்முகம். சரி என்று பாஸ்கர் போய்விட்டார். சண்முகம் அந்த வேலையைத் தொடங்கினார். ஆனால் முடிக்கவில்லை. கவனம் வேறு எதிலோ போய்விட அதை மூடிவைத்துவிட்டார்.

அடுத்த நாள் மீண்டும் பாஸ்கர் கேட்க, இன்னும் தயாராகவில்லை என்று சண்முகம் மென்று விழுங்கிச் சொல்ல, இந்த முறை, பாஸ்கர், இல்லை சண்முகம், நீங்க நிறைய நேரம் எடுத்துக்கிட்டீங்க. எனக்கு இப்ப இந்தத் தகவல் அவசரமாகத் தேவைப்படுது. நீங்க நாளைக்குள்ள தந்திடுங்க என்று சொல்லிவிட்டார்.

மறுநாளும் வந்தது. வேலை முக்கால் தூரம் முடிவுக்கு வந்தாகி விட்டது. மாலை 7 மணிக்கு சண்முகம் வீட்டுக்குப் போயாக வேண்டிய கட்டாயம். ஆனாலும் பாஸ்கர் விடவில்லை. இல்லை உங்ககிட்ட சொல்லிப் பத்து நாள் ஆயிடுச்சு. இன்றைக்கு எந்நேரம் ஆனாலும் இருந்து முடிச்சிட்டுப் போங்க என்று கடுமையாகச் சொல்லிவிட்டார். பத்து நாள் முன்பு வரை சண்முகம்தான் அந்த வேலைக்கு எஜமான். அவருக்கு முழு சுதந்திரம் இருந்தது. சண்முகம் அந்த வேலையை அன்றே செய்திருக்கலாம், அல்லது மறு நாள், அல்லது அதற்கும் அடுத்த நாள், அந்த வேலையை எப்போது செய்ய வேண்டும் என்பதை அவர் தீர்மானிக்கும் நிலையில் இருந்தார். வேலை முடியவேண்டும்தான். ஆனால் அதுவரை அந்த வேலை ‘அவசரம் இனி காத்திருக்க முடியாது’ என்கிற நிலைக்குப் போய்விடவில்லை.

ஆனால் இப்போது? அவர் நினைத்தாலும் இனி தள்ளிப்போட முடியாத நிலை. அவருக்கே ஒரு அவசரம் என்று வந்தபோதும் கிளம்பி வீட்டுக்குப் போக முடியாத நிலை. அதாவது ‘லகான்’ கை மாறிவிட்டது. இனி அது அவர் கட்டுப்பாட்டில் இல்லை. பாஸ்கர் கைக்குப் போய்விட்டது. ‘கண்ட்ரோலை’ கைமாற்றிக் கொடுத்தது யார்?

சண்முகமேதான்.

இத்தனை நாட்களுக்குள் முடிக்கவேண்டும் என்று சண்முகமே தனக்கு இலக்கு நிர்ணயித்துக் கொண்டிருந்தால், அது அவருக்கு சௌகரியமாகப் போயிருக்கும். அதற்குப் பெயர் Target set by self. அப்படிச் செய்யாமல் விட்டுவிட்டால், மற்றவர்கள் நிர்ணயிக்கும்

தேதிக்குள் நேரத்துக்குள் செய்ய வேண்டிய கட்டாயத்துக்குத் தள்ளப் படும் நிலைதான் ஏற்படும். அதன் பெயர் Target set by others.

இரண்டில் எது நல்லது? எது நமக்கு வசதி? நமக்கு நாமே ஏற்படுத்திக்கொள்ளும் இலக்குகளா? அல்லது மற்றவர்கள் நம்மீது திணிக்கும் இலக்குகளா?

சர்க்கரைப் பண்டத்தை ஆரம்பம் முதலே சிறிய அளவில் சாப்பிடுவது சுயக்கட்டுப்பாடு, Target set by self. அப்படிச் செய்யாமல் சகட்டுமேனிக்கு இனிப்பு சாப்பிட்டு, சர்க்கரை வியாதி வந்து, மருத்துவர், நோ, இனி சர்க்கரையே சாப்பிடக்கூடாது என்று தடைவிதித்தால், அது தண்டனை. அது அடுத்தவர்கள் நம் மீது கட்டாயப்படுத்தும் நிபந்தனை. Target set by others.

ஆண்டுக்கு 13 மாதங்கள்

ஒருவர் தினசரி காலை ஆறு மணிக்கு எழுவார். நாள் முழுவதும் நேரத்தை வீணாக்காமல் வேலை செய்வார். அவருக்கு மற்றொரு புதிய வேலையும் வருகிறது. அதற்கு அவர் நேரம் செலவழிக்க வேண்டும். ஆளால் நேரமில்லை. அவர் என்ன செய்யலாம்? எவ்வளவோ செய்யலாம். அவற்றில் ஒன்று, தினசரி கொஞ்சம் முன்கூட்டியே எழுவது.

இனி தினசரி காலை ஆறுக்குப் பதில் ஐந்து மணிக்கு எழுவது என்று முடிவுசெய்து கொள்கிறார். இந்த ஒரு மணி நேரம் என்ன பெரியதா? என்று தோன்றலாம். ஒரு நாளைக்கு என்று பார்த்தால் சிறியதுதான். ஆனால் இதுவே ஆண்டுக்கணக்கில் பார்த்தால், ஒரு முழு மாதத்துக்கு சமம். தினசரி *1* மணி நேரம் என்றால், மாதத்துக்கு? மாதம் *30* மணி நேரம். தினசரியே *1* மணி என்று முடியாது. வாரம் 6 நாட்கள் மட்டும் அப்படி என்று முடிவுவெடுத்துக் கொண்டாலும் சரிதான். மாதத்துக்கு *24* மணி நேரம். *24* மணி நேரம் என்றால் உறக்கம், பிற உறங்குகிற மற்றும் பராமரிப்பு வேலைகள் செய்கிற நேரத்தைக் கழித்துவிட்டுப் பார்த்தால் பகல் 12 மணி நேரம் என்று பார்த்தால் இரண்டு முழு நாட்கள். மாதம் 2 நாட்கள் என்றால் 12 மாதங்களுக்கு, *24* நாட்கள். 6 விடுமுறை நாட்கள் போக 24 வேலை நாட்கள், அதில் ஒரு மணி நேரம் கூட தூக்கத்துக்கோ, பிற சாப்பாடு பொழுதுபோக்கு போன்றவற்றுக்கோ நேரம் தேவைப்படாத முழு

நாட்களாக 24. ஆக, ஒரு முழு மாதம். இப்படிச் செய்யப் போக, எல்லோருக்கும் ஆண்டுக்கு 12 மாதங்கள் என்றால், இப்படிச் செய்பவர்களுக்கு மட்டும் ஆண்டுகளுக்கு 13 மாதங்கள் கிடைப்பது போலாகி வரும்.

பல வெற்றிக்கோடுகள்

ஓட்டப்பந்தயம் பார்த்திருக்கிறோமல்லவா? உலக அளவில் தேசிய அளவில் என்றுதான் இல்லை. அது பள்ளிக்கூடத்தில் நடக்கிற பந்தய மாகக்கூட இருக்கட்டும். ஓடுபவர் எவ்வளவு வேகமாக ஓடுவார்? கேட்கவும் வேண்டுமா? தலைதெறிக்கத்தான் ஓடுவார். அவர் சாதாரணமாக ஓடுவதற்கும், போட்டியின்போது ஓடுவதற்கும் இடையேதான் எவ்வளவு வேறுபாடு!

ஏன் அவ்வளவு வேகம்?

இதென்ன கேள்வி! அவர் வெற்றி பெற வேண்டுமே!

ஓடினால் வெற்றியா?

இல்லை. போட்டியில் கலந்துகொள்பவர்களைவிட வேகமாக ஓடி, வெற்றிக்கோட்டை மிதித்தால் வெற்றி!

ஆக, அவர் வெற்றி பெறுவதற்காகக் கூடுதல் வேகம் காட்டுகிறார்.

ஆமாம். இது யதார்த்தம்தானே!

சரி. இது அப்படியே இருக்கட்டும். அடுத்து இன்னொரு யதார்த்தத்தையும் பார்த்துவிடுவோம். நூறு மீட்டர் ஓட்டப் பந்தயத்தை, மிக வேகமாக ஓடினால் எவ்வளவு நேரத்தில் முடிக்கலாம்?

ஒலிம்பிக்ஸ் போட்டிகளில், 10 விநாடிக்கும் குறைவான நேரத்தில் ஓடிவருகிறார்கள்.

சரி அப்படியே வைத்துக்கொள்வோம். நூறு மீட்டர் தூரத்தை 10 நொடியில் கடந்தால், வினாடி ஒன்றுக்கு, ஒரு மீட்டர் தூரம் ஓடுகிறார்கள். அதுதான் அவர்களின் வேகம்.

ஆமாம்.

அவர்கள் ஓடுகிற ஒவ்வொரு மீட்டர் தூரத்தையும் ஒரு நொடியில் கடந்துவிடுவார்கள் இல்லையா? அதாவது, அனைத்து ஒவ்வொரு மீட்டர் தூரத்தையும் ஒரே அளவு வேகத்திலா கடப்பார்கள்?

இல்லை. வெற்றிக்கோட்டை நெருங்க நெருங்க, அவர்களின் வேகமும் அதிகரிக்கும். தொடக்கத்தில் ஓடுவதைக் காட்டிலும் ஒன்றிரண்டு நொடிகள் மிக வேகமாக ஓடுவார்கள்.

உண்மைதான். அது சரி. வெற்றிக்கோட்டில் அப்படி என்ன இருக்கிறது? ஏன் அந்தக் கூடுதல் வேகம்?

அந்தக் கடைசி ஒன்றிரண்டு விநாடிகள் மட்டுமே அவர்களுக்கு மீதமிருக்கும் வாய்ப்பு. அதை அவர்கள் தவறவிட்டால், பந்தயம் முடிந்துவிடும். அதனால் அவர்களால் என்னவெல்லாம் செய்ய முடியுமோ, அத்தனையையும் செய்துவிடுகிறார்கள்.

வெற்றிக்கோடு கண்ணுக்கு அருகில் இருக்கிறது. கைக்கெட்டும் தூரத்தில் இருக்கிறது. சற்று முயன்றால் போதும், கிடைத்துவிடும் என்பதும் மனதுக்குத் தெரிகிறது. இந்தக் காரணங்களால் ஓட்டத்தின் வேகம் பன்மடங்காகிறது.

இதே போன்ற வேகத்தை கிரிக்கெட் விளையாட்டிலும் பார்க்கிறோம். 50 ஓவர்கள் கொண்ட போட்டி. கடைசி பத்து ஓவர்களை 'ஸ்லாஃக் ஓவர்'கள் (Slog overs) என்கிறார்கள். அடித்தாட வேண்டிய ஓவர்கள். அதற்கும் முந்தைய 40 'ஓவர்'களைக் காட்டிலும், அந்த 10 ஓவர்களில் வேகமாக ஓட்டங்கள் எடுக்கிறார்கள்.

அதுமட்டுமல்ல, அந்தக் கடைசி பத்து ஓவர்களிலும் கூட இன்னொரு கடைசியும் உண்டு. அதுதான் 'லாஸ்ட் ஓவர்'. அதில் இன்னும் கூட வேகம் அதிகம். இறுதி ஓவரிலும் ஒரு இறுதி உண்டே, அது இறுதி பந்து. கேட்கவாவேண்டும்! அசுர முயற்சி செய்வார்கள் - அதனை பவுன்டரிக்கு அனுப்ப. அதிலும் தரையில் படாமல். ஆறு ஓட்டங்களாக! maximum Result க்கு முயற்சி செய்வார்கள், விளையாடுவது யாராக இருந்தாலும்.

விளையாட்டுகளில் மட்டுமில்லை. தேர்வுக்குப் படிக்கிற மாணவர்கள், விற்பனை செய்யும் அதிகாரிகள், உற்பத்தி செய்யும் தொழிற்சாலைப் பொறியாளர்கள் என்று எவருமே, இலக்கை எட்டுவதற்குக் கொடுக்கப்படும் அவகாசம் முடியும் நேரம், முன்பை விடக் கூடுதல் முயற்சி செய்வார்கள்.

இது இரண்டாவது யதார்த்தம்.

மற்ற நாட்களைவிட, அவகாசம் முடிய இருக்கிற இறுதி நாட்களில், அதிகமான வேகம் காட்டுவார்கள். கவனம் சிதறாமல், அதையே

செய்வார்கள். கூடுதலாக செய்வார்கள். இது இயல்புதான். பார்த்த இரண்டு யதார்த்தங்களுக்கும் நேர மேலாண்மைக்கும் என்ன தொடர்பு?

'ஆகட்டும் பார்க்கலாம்', 'அதற்கென்ன இப்ப!', 'செய்துவிட்டால் போயிற்று' என்பன போலச் சற்று அலட்சியமாக இருக்கும் பலரும், 'ஒரு போட்டி என்று வந்துவிட்டால் சிங்கம்' ஆகிவிடுகிறார்கள். வெற்றி பெறத் துடிக்கிறார்கள்.

விளையாட்டுகளில்தான் என்றில்லை. வாழ்க்கையில் போட்டிகள் வைத்துக்கொள்ளலாம். நமக்கு நாமே வைத்துக்கொள்ளும் போட்டிகள்.

- நான் என் வியாபாரத்தை இரண்டு மடங்கு ஆக்குவேன்.
- மிகச் சிறந்த விற்பனையாளர் ஆவேன்.

என்பது போன்ற இலக்குகள்/திட்டங்கள் இருக்கலாம். நான் என் வியாபாரத்தை இரண்டு மடங்கு ஆக்குவேன் என்கிற திட்டம் வைத்திருப்பவரிடம், அதற்கு எவ்வளவு காலம் ஆகலாம்? எப்போது அந்த நிலையை அடைவீர்கள்? என்று கேட்டால், குறிப்பாகச் சொல்ல முடியாது என்கிற பதில் வரலாம்.

இதுதான் பிரச்னையே. இதனால்தான் பலரிடமும் தங்கள் ஆசைகளை இலக்குகளை அடைகிற வேகம் வருவதில்லை. இந்தப் பிரச்னையை, பார்த்த இரண்டு யதார்த்தங்களையும் பயன்படுத்தித் தீர்க்கலாம். முதலில்,

- வெற்றிக்கோடு கண்ணுக்குத் தெரிவதுபோல செய்துகொள்ள வேண்டும். அடுத்தது,
- அதிக எண்ணிக்கையிலான வெற்றிக்கோடுகளை உருவாக்கிக் கொள்ளவேண்டும்.

இரண்டாவதைச் செய்தாலே, முதல் வேலையான வெற்றிக்கோடு கண்ணுக்குத் தெரிவதுபோலச் செய்துகொண்டுவிடலாம்.

இரண்டு மடங்கு வியாபாரம் என்பது, சற்று தொலைவானது. அதை அருகில் கொண்டு வருவது எப்படி? ஒரு மடங்கு என்பது, மாத வியாபாரம் ரூ.60 கோடி என்று வைத்துக்கொண்டால், இரண்டு மடங்கு என்பது மாதம் 120 கோடி வியாபாரம்.

அதை சுமார் 3 ஆண்டுகளில் செய்யமுடியும் என்பது திட்டமாக இருந்தால், 3ஆம் ஆண்டு இறுதி மாதம், 120 கோடி ரூபாய் வியாபார அளவை அடைவதுதான் வெற்றிக்கோடு. அதாவது 'ஃபினிஷ் லைன்'. ஒரே ஒரு 'ஃபினிஷ் லைன்'.

எதற்காக ஒரே வெற்றிக்கோடு? அதுவும் 3 ஆண்டுகளுக்குப் பிறகு என்கிற தொலைவு? அதைப் பல பகுதிகளாக்கலாம். ஒவ்வோர் ஆண்டும் தனித்தனி. அதுமட்டுமல்ல. ஒவ்வொரு மாதமும் தனித் தனி. மொத்தம் இருப்பது 36 மாதங்கள். இலக்கு, மாதம் 120 கோடி. அப்படியென்றால், அடுத்த 36 மாதங்களுக்குள், மேலும் 60 கோடி ரூபாய் வியாபாரம் அதிகரிக்க வேண்டும். ஒவ்வொரு மாதமும், அதற்கு முந்தைய மாதத்தைவிட 1 கோடியே 66 லட்சம் ரூபாய் கூடுதல் வியாபாரம் செய்ய வேண்டும் என்று இலக்கு வைத்துக்கொள்ளலாம்.

இப்படித்தான் பிரிக்கவேண்டும் என்பதில்லை. எல்லா மாதங்களும் ஒரே அளவு முடியாதென்றால், முதல் மாதம் 24 லட்சம் கூடுதல். அடுத்த மாதம் 34 லட்சம் அதிகம் என்பதுபோல, (பலூனிங் EMI என்பார்களே, அப்படி) போகப் போகக் கூட்டிக்கொண்டே போகலாம். ஆனால் அதையும் முன்கூட்டியே முடிவு செய்துவிட வேண்டும். (கமிட்மென்ட் ஆகிவிடும்).

இப்படிச் செய்துவிட்டால் என்ன ஆகும்? ஒவ்வொரு மாதமும் ஒரு பந்தயம் போலாகிவிடும். ஒவ்வொரு மாதத்துக்கான தனி இலக்கு. நாம்தான் போட்டியாளர். வென்றே ஆக வேண்டும். இலக்கு கைக்கு எட்டும் தூரம்தான். எந்த இலக்கையும் இப்படிப் பகுதி பிரிக்கலாம். கொஞ்சம் யோசிக்கவேண்டும். அவ்வளவுதான்.

முடிந்துபோனதைப் பற்றி அதிகம் யோசிக்காமல்

எல்லா வேலைகளும் ஒன்றல்ல. சிலவற்றை நேரம் செலவழித்துப் புரிந்து கொள்ளவே தேவையில்லை. அவற்றில் போகும் நேரமெல்லாம் வீண். அதேசமயம், வேறு சில வேலைகள், சிரமம் பாராமல், முயற்சி எடுத்து, புரிந்துகொள்ள வேண்டிய வேலைகள். காரணம், அதே வேலைகளுக்கு அடுத்தவரை நம்பிக்கொண்டிருப்பதோ, ஒவ்வொரு முறை செய்யும் போதும் அவற்றைப் புரிந்துகொள்ள முயல்வதோ கூடாது.

நான் முன்பு பணியாற்றிய பெப்ஸி நிறுவனத்தில் சரத் சக்சேனா என்று ஒரு தொழிலகத் தலைவர் இருந்தார். சிறந்த நிர்வாகி.

நிறுவனத்தின் பல்வேறு துறைகளின் தலைவர்களையும் அவ்வப் போது அழைத்துப் பேசுவார்.

அது ஒரு ஜனவரி மூன்றாம் தேதி. அந்த ஆண்டு செய்ய வேண்டிய வேலைகளைப் பற்றிப் பேசினார். அந்தப் பன்னாட்டு நிறுவனத்தில் ஆண்டு என்பது, ஜனவரி முதல் டிசம்பர் வரையிலான 12 மாதங்கள்.

அந்த ஆண்டு, எந்தெந்த துறைகள் எவ்வளவு செய்யவேண்டும் என்பன பற்றி ஏற்கெனவே முடிவாகியிருந்தாலும், ஆண்டின் முதல் மாதமான ஜனவரி தொடங்கியிருந்த நேரமாதலால், கொடுக்கப் பட்டிருக்கும் இலக்குகளைப் பற்றி எங்களுக்கெல்லாம் நினைவூட்டும் விதமாக அமைந்தது அவரது பேச்சு (பிரசென்டேஷன்). சுமார் 2 மணிநேரம் விளக்கினார், முடித்தார்.

பின், அவரது ஃபைல்களை எடுத்துக்கொண்டு கிளம்பினார். அப்போது அவருக்கு அவருடைய கைபேசியில் அழைப்பு வர, அதே அறையில் ஓரமாக நின்று பேசினார். ஒரு ஐந்து நிமிடம் பேசியிருப்பார். முடித்துவிட்டு மீண்டும் கிளம்ப எத்தனிக்கையில்தான், எங்களைப் பார்த்தார் போலும். அதுவரையிலும் நாங்கள் அங்கேயே அமர்ந்திருப்பதையும், நடந்து முடிந்த அந்த மீட்டிங் பற்றியே பேசிக் கொண்டிருப்பதையும் கவனித்தார். என்ன நினைத்தாரோ ஃபைல்களை மேசைமீது வைத்துவிட்டு எங்களையே ஊன்றிப் பார்த்தார். அதன்பின், அவர் சொன்னது மிகவும் சுவாரசியமாக இருந்தது.

என்ன நீங்கள் எல்லாம் வேலை செய்ய, உங்கள் இடங்களுக்குப் போகவில்லையா?

அதற்கு என்ன அவசரம்! என்பதுபோலச் சிலர் புன்னகைத்தார்கள்.

நேரம் ஓடிக்கொண்டிருக்கிறது என்றார்.

அதனால் என்ன என்பது போலப் பார்த்தோம். கடுமையான இலக்குகள் கொடுக்கப்பட்டும்கூட, எங்களிடம் பரபரப்பு இல்லாமல் இருப்பதற்கு என்ன காரணம் என்று கேட்டார்.

'கொடுக்கப்பட்டிருப்பது முழு ஆண்டிற்கான இலக்குதானே! அதை முடிக்க இன்னும் எவ்வளவோ நேரம் இருக்கிறதே' என்பது போலப் பதில் சொன்னார் எங்களில் ஒருவர்.

நின்றுகொண்டிருந்த சரத் இப்போது அமர்ந்துவிட்டார். சற்று ஆழமாக எங்கள் அனைவரையும் பார்த்தார். பின்பு கேட்டார்.

இன்றைக்கு என்ன தேதி?

ஜனவரி மூன்று.

ஒரு நிமிடம் நிதானித்தார். பின் சொன்னார்:

உங்களுக்கு இன்னும் ஒரு முழு ஆண்டு இருப்பதாக யார் சொன்னது? உங்களுக்கு இருக்கும் நேரத்தில் 1 சதவீதம் ஏற்கெனவே முடிந்து விட்டது. இன்னும் 99 சதவீதம் நேரம்தான் மீதம் உள்ளது. அதற்குள் நீங்கள் உங்கள் இலக்கை முடித்தாக வேண்டும்.

தூக்கிவாரிப் போட்டது. 'என்ன இது! இப்போதுதான் ஆண்டின் தொடக்கமே! முதல் மாதத்தின் ஆரம்பத்தில்தான் இருக்கிறோம். ஆண்டுக்கான இலக்கை அடைய அதற்குள் எப்படி 1 சதவீதம் நேரம் போய்விட்டிருக்க முடியும்!' எப்படி என்று கேட்டோம். விளக்கினார்.

ஒரு ஆண்டுக்கு மொத்தம் 365 நாட்கள். அதில் 52 ஞாயிற்றுக் கிழமைகள். தவிர 10 பொது விடுமுறை நாட்கள், போக, ஒன்றிரண்டு நாட்களாவது சொந்த விடுப்புகள் எடுப்பீர்களா இல்லையா? மீதமிருக்கும் வேலைநாட்கள் என்று பார்த்தால், 300 நாட்கள் மட்டுமே. இன்றைக்குத் தேதி 3. மூன்றாம் தேதி முடிந்துவிட்டது. 300 நாட்களில் 3 என்பது 1 சதவீதம் தானே!

அவ்வளவுதான். எங்களிடம் பரபரப்பு தொற்றிக்கொண்டது. அந்த இடத்தை விட்டு ஓடினோம். நேரம் என்பது, ஓடிக்கொண்டே யிருப்பது. அதனால் ஒரு குறிப்பிட்ட வேலையைச் செய்துமுடிக்க இருக்கும் அளவு என்பது, தொடர்ந்து குறைந்துகொண்டே போகிறது. நடந்தது நடந்துவிட்டது. அதைப் பற்றி வருத்தப்பட்டு என்ன ஆகப்போகிறது? ஒன்று கிடைக்கவில்லையா? அதனால் என்ன? அடுத்ததற்கு முயலும் நேரத்தை, கிடைக்காதது பற்றியே நினைத்து ஏன் வீணாக்கவேண்டும்? கசியும் ஊதுபத்தி புகைபோல, நடந்து முடிந்து போனதைப்பற்றி மனது யோசித்துக் கொண்டே யிருப்பதில் போகும் நேரம், சிலருக்கு மிக அதிகம். இதனால் கொஞ்சம் சுகம் அல்லது சுய இரக்கம் வேண்டுமானால் கிடைக்கலாம். அவ்வளவுதான். மற்றபடி, இது நேரவிரயமேதான்.

நினைவுகளில், நீண்ட வால் எதற்கு? வேலையே இல்லை. நறுக்கு தெறித்தாற்போல வெட்டிவிட்டு அடுத்த வேலைக்குப் போக வேண்டும்.

தொடரும் நினைவலைகள் என்பது சிரமம், ஏமாற்றம், தோல்வி களுக்குப் பிறகு மட்டுமல்ல. சிலருடைய பிரச்னைகள் சரியாக,

அவர்கள் விரும்பியது போலவே நடந்து முடிந்தன பற்றியும் அசை போட்டுக்கொண்டேயிருக்கும்.

என்ன, நான் நன்றாகச் செய்தேனா?

எப்படி? என் வீட்டு விசேஷத்துக்கு நல்ல கூட்டமில்லையா?

அவர் என்னைப் பற்றிச் சொன்னது நன்றாக இருந்தது இல்லையா?

இந்த சுகம் கூட சோம்பல்தான்.

முடிந்தது, முடிந்தது. அடுத்ததற்குப் போகும் ஒழுங்கு வேண்டும். ஒரு வேலையை முடித்தால்தான் அடுத்ததற்குப் போக முடியும். ஆக, வேலையை முடிப்பதில் வேகம் வேண்டும் என்பதுடன், எங்கே வேலை முடிந்துவிட்டது என்று செய்பவருக்குத் தெரியவேண்டும். அங்கே சரியாக முடிந்துவிட வேண்டும். அவ்வளவுதான்.

அலைபாய விடாமல்...

சிலர் தொடங்கிவிடுவார்கள். ஆனால் அந்தச் செயலைச் செய்யாமல், வேறு சிலவற்றைப் பற்றி நினைத்துக்கொண்டோ, பேசிக் கொண்டோ இருப்பார்கள். அலைபாய்கிற மனது, குதித்துக் குதித்து மாறிக் கொண்டேயிருக்கிற எண்ணங்கள்தான் சிலருடைய பிரச்னை.

ஒருமுகப்படுத்துதல் தேவை. Short attention span என்பது ஒன்றின் மீதே அதிக நேரம் கவனம் செலுத்த முடியாமை.

அனுசரித்துப் போய்...

நமக்கு வசதியான நேரங்கள் என்று இருப்பதுபோல, நாம் எவரிடம் காரியம் சாதித்துக் கொள்ளவேண்டுமோ, அவர்களுக்கும் (நம்மைச் சந்திக்க) வசதியான நேரங்கள் இருக்கும். இரண்டும் ஒத்துப் போய் விட்டால், பிரச்னையில்லை. இல்லாவிட்டால், காத்திருப்புகள் (கூடுதல் இலவசமாக எரிச்சல்களும்) தான் மிஞ்சும்.

நமக்கு சிரமமானாலும் பரவாயில்லை என்று, நாம் நம்மை அனுசரித்துக் கொண்டு எப்போது, எவை சுலபமாக முடியுமோ, அப்போது போய்விடவேண்டும். இவை பெரிய நேர மிச்சங்களைத் தரும்.

அனுகூலங்களைப் பற்றி நினைத்துப் பார்த்து...

நன்மை தரும் வேலைகள் என்று தெரிந்திருந்தும், அதற்கான நேரம் ஒதுக்காமல், அதைத் தொடங்காமல் இருப்பதற்கான காரணங்களில்

ஒன்று, மனது. ஒன்றைச் செய்யவேண்டும், முடிக்க வேண்டும் என்று மனது வைத்துவிட்டால், கட்டாயம் முடிக்க முடியும். ஆனால் மனது அதற்கு அனுசரணையாக இல்லாமல் போவதற்குக் காரணம் 'கமிட்மென்ட்' இல்லாததுதான். எது வேண்டும் என்று 100 சதவீதம் மனது நினைக்கிறதோ அதை எப்படியாவது வேறு எதை வேண்டுமானாலும் இழந்து கூட, முடித்துக் கொள்கிறது. ஆனால் பெரிய தீர்மானமாக இல்லாமல் 40 சதவீதம், 50 சதவீதம் மட்டுமே தீவிரமாக இருப்பவை முடியாமலேயே இருக்கின்றன.

ஒன்றைச் செய்து முடிப்பதால், நமக்கு என்ன பலன்? அது நம்மை எங்கு இட்டுச் செல்லும்? அதன் மூலம் நமக்கு வேறு என்ன வெல்லாம் கிடைக்கும்? இப்படியெல்லாம் தொடர்ந்து யோசிக்க வேண்டும். எழுதிக்கூடப் பார்க்கலாம். அதைப் பற்றியே ஆழமாகச் சிந்திக்க, சிந்திக்க மனதுக்கு அதன் முக்கியத்துவம் புரிபடும். விரும்ப ஆரம்பிக்கும்.

கண்ட்ரோல் உள்ளேவா? வெளியேவா?

அவர் எழுந்த போது காலை மணி பத்து. அவர் வீட்டுக்கு வந்திருந்த விருந்தினருக்கு ஆச்சரியம். நீங்களா இப்படி? மிகவும் சுறு சுறுப்பாக இருப்பவராயிற்றே! என்றார். தாமதமாய் எழுந்த அவர் சொன்னார், எழுந்து என்ன செய்யப்போகிறோம்? அதுதான் மெதுவாக எழுந்தேன்.

அன்று ஞாயிற்றுக்கிழமை. அவருக்கு அலுவலகம் கிடையாது. விடுமுறை, அதனால்தான் இப்படி. ஆனால் வாரம் முழுக்க அவர் எழுவது காலை மணி ஐந்தரைக்கே! காரணம் தொழிற்சாலைக்கு அழைத்துச் செல்லும் நிறுவனத்தின் வாகனம் ஏழு மணிக்கெல்லாம் வந்துவிடும். தவறவிட முடியாது.

தேவை இருக்கிறது, செய்கிறார். தேவையில்லாதபோது எதற்காக வீணாக எழ வேண்டும் என்று நினைக்கிறார் சரிதான். குற்றம் சொல்ல முடியாது.

அலுவலகங்களில் பிப்ரவரி மாதம், மார்ச் மாதமெல்லாம் கணக்குத்துறை அலுவலர்கள் வேலை முடித்து வீட்டுக்குப் போக இரவே ஆகிவிடும். மற்ற மாதங்களில் மாலை ஆறு மணிக்கெல்லாம் கிளம்பிவிடுபவர்கள்தான். ஆனால் அந்த மாதங்களில் மட்டும் அப்படி. சில அலுவலகங்களில் ஒவ்வொரு மாதக்கடைசியிலும் இப்படித்தான் கிளம்புவதில் தாமதம். அதே காரணம்தான்.

செய்வதற்குக் கூடுதல் வேலையிருக்கும்போது இருந்து செய்கிறார்கள். இல்லாத நேரங்களில் கிளம்பிவிடுகிறார்கள்.

வேலை இருக்கும் போது செய்வது; வேலையில்லாவிட்டால் விட்டு விடுவது. இந்த அணுகுமுறையில் 'ஸ்விட்ச்' எங்கே இருக்கிறது?

கண்ட்ரோல் நம்மிடம் இல்லை. வெளியில் இருக்கிறது. யாரோ கேட்கிறார்கள், தருகிறோம். யாரும் கேட்கவில்லையா, தருவதில்லை.

நாம் செய்வதுதான் நாம். தீதும் நன்றும் பிறர் தர வாரா என்பது போல, நம் சாதனைகளும் நாமே செய்தால்தான் உண்டு.

நான் திருச்சி பெல் நிறுவனத்தில் இளநிலை அதிகாரியாகப் பணியில் சேர்ந்திருந்த நேரம். எனக்கு மேலதிகாரியாக இருந்தவர் வாசுதேவன். தொழிலாளர் சட்டங்களில் அவர் மிகவும் தேர்ச்சி பெற்றவர். அவரிடம் பணியாற்றிய ஆரம்ப காலத்தில் நான் அதிகம் சிரமப்பட்டேன். காரணம், அவர் நான் எதைச் செய்து முடித்தாலும் அது போதாது என்பார். அதில் உள்ள குறைகளைத் தவறாது சுட்டிக்காட்டுவார். ஒருமுறை இருமுறைகள் அல்ல. எத்தனை முறை ஆனாலும் விடவே மாட்டார்.

அப்போதெல்லாம் அவர் மீது வருத்தம் வரும். ஆனால் பின்னால் நான் வேறு நிறுவனங்களுக்குச் சென்று, நானே பொறுப்பு என்கிற நிலைகளில் பணிசெய்தபோது, நான் உணர்ந்தது, வாசுதேவன் அவர்களிடம் நான் பயின்றது அதிகம் என்பதைத்தான். அவர் இப்படி அப்படி என்று சொல்லித் தந்ததில்லை. ஆனால் நான் கற்கவேண்டிய நிர்பந்தத்தை உருவாக்கினார். நான் கற்றேன்.

ஆம். அப்போது கண்ட்ரோல் வெளியில்தான் இருந்தது. அவர் கேட்டார், நான் தந்தேன். அவர் திரும்பத் திரும்பக் கேட்டார். நான் மீண்டும் மீண்டும் தந்தேன்.

எவரும் கேட்டால் தருவது ஒருவழி. அது எக்ஸ்டர்னல் கண்ட்ரோல். அது நல்லதுதான்; ஆனால் போதாது. காரணம், வாழ்க்கை முழுக்க, எல்லா நேரமும், எவரும் நம்மிடம் கேட்டுக்கொண்டேயிருக்க மாட்டார்கள். பெற்றோர், ஆசிரியர்கள், மேலதிகாரிகள், வாடிக்கை யாளர்கள் எல்லாம், ஒரு நேரம் வரைதான் கேட்பார்கள். பின்பு விட்டுவிடலாம்.

வெளியில் இருந்து எவரும் கேட்காமலேயே நம்மால் தரமுடியுமா? உழைப்பை, உன்னதத்தை, கூடுதல் உற்பத்தியை! நம் சாதனை கட்டடத்துக்கு நாமே செங்கல் உருவாக்கமுடியுமா?

முடியும். அதற்கு நாமே நம்மிடம் கேட்க வேண்டும்.

வேறு வழியில்லை. இண்டர்னல் கண்ட்ரோலுக்கு வரவேண்டும். எவரும் செய் என்று சொல்லாததை, மற்றவர்களுக்காகச் செய்ய வேண்டிய நிர்பந்தம் இல்லாததை, சிறப்பானவற்றை, நமக்குத் தேவையானவற்றை, நாம் செய்யவேண்டும். செய்யப் பழக வேண்டும்.

நம்மிடம் நாமே கேட்பது. நாம் கேட்பதை நாம் செய்வது. இதில் கட்டாயங்கள் கிடையாது. நேரம் வீணாவது இல்லை. வேலை தொடர்ந்து நடக்கும். நம்மிடம் மற்றவர்கள், சூழ்நிலைகள் வைக்கும், தேவை (Demand)களைச் செய்வோம். ஆனால் டிமாண்ட் இல்லை என்று ஓயமாட்டோம். எவரும் கேட்காவிட்டாலும் நாமாகத் தேவையை உருவாக்கிக்கொள்வோம். அதுதான், 'டைம் மேனேஜ்மென்ட் ஸ்கொயரில்' திட்டமிடுதல் கட்டம்.

மொத்தத்தில்...

கிடைக்கிற அளவான நேரத்தைக்கொண்டு வாழ்க்கையில் அடைய விரும்புகிறவற்றை அடையவேண்டும். அதன்பொருட்டு, அவசிய மான வேலைகளுக்குத் தேவையான அளவு நேரத்தைக் குறைவின்றிக் கொடுக்கத் தெரியவேண்டும். அதேபோல, தேவையற்ற அதிகப் பலன் தராத செயல்களைத் தவிர்க்கவும் வேண்டும். வாழ்க்கையில் எவ்வளவு சீக்கிரம் இவற்றை உணர்ந்து செயல்பட ஆரம்பிக்கிறோமோ, அவ்வளவுக்கு அவ்வளவு கூடுதல் பலன் கிடைக்கும்.

இருக்கின்ற அளவான நேரத்தை வீணடிக்காமல் அதிகபட்சமாகப் பயன்படுத்துவது மற்றும் அதிகபட்ச பலன் தரக்கூடியவற்றில் பயன்படுத்துவது என்பன பற்றிப் பல்வேறு உதாரணங்களுடன் விரிவாகப் பார்த்தோம்.

அதற்கான வழிமுறைகளை வரிசைப்படுத்தினால் இப்படித் தானிருக்கும்.

1. எவற்றைச் செய்ய வேண்டும் என்கிற பட்டியல் உருவாக்கல்.
2. எவற்றுக்கு முன்னுரிமை என்கிற முடிவு செய்தல்.

3. செய்ய வேண்டிய வேலையின் அளவுகள் குறித்த தெளிவு பெறுதல்.
4. செய்ய வேண்டிய ஒவ்வொரு வேலையையும் சிறு பகுதிகளாகப் பிரித்தல்
5. செய்யத் தீர்மானித்துக் கொள்ளுதல்
6. சில வேலைகளை வேகமாகவும் சில வேலைகளை நிதானமாகவும் செய்யப் பழகுதல்.
7. அதிக கவனம் தேவைப்படும், சில முக்கியமான வேலைகளை இடைவெளிவிடாமல் அடர்ந்த கவனக்குவிப்புடன் தொடர்ந்து செய்தல்.
8. மலைப்பு தரும் நீண்ட நேரம் கேட்கும் சில வேலைகளை, செய்யக்கூடிய தனித்தனிப் பகுதிகளாகப் பிரித்துவைத்துக் கொண்டு அவ்வப்போது செய்தல்.
9. அதிக கவனம் தேவைப்படாத வேலைகள் சிலவற்றை ஒரே நேரத்தில் 'மல்டி டாஸ்கிங்' முறையில் செய்துமுடித்தல்.
10. அதிகக் காத்திருப்புகளை உள்ளடக்கிய நேரங்களைத் தவிர்த்து, மாற்றி யோசித்து சில வேலைகளைச் செய்வதன் மூலம் நேர விரயத்தைத் தவிர்த்தல்.
11. நம்முடைய மிகச் சிறந்த திறன் பயன்படுவனவற்றில் கூடுதல் நேரம் செலவிடல்
12. காத்திருக்க வேண்டிய மற்றும் பயண நேரங்களில் செய்து முடிக்கக் கூடிய வேலைகளை இனம் கண்டு, அவற்றைக் கூடுதலாகவே எடுத்துப் போவது.
13. எல்லாவற்றையும் நாமே செய்யாமல், சிலவற்றைச் செய்யச் சொல்லியும் வாங்குதல்.
14. செய்யும் வேலைகளைச் சரியான வழிமுறையில், அதிக பலன் தரும் வரிசையில் செய்தல்.
15. வேலைகளில் தோதான உபகரணங்களைப் பயன்படுத்துதல்.
16. தகுந்தவர்களிடமிருந்து தயங்காமல் தேவையான உதவிகளை எடுத்துக்கொள்ளுதல்.
17. கவனத் திருப்பிகளை அகற்றிவிடுதல்.
18. வேலை முடிந்ததும் சரியான நேரத்தில் அதை முடித்துக் கொள்ளல்.

19. வேலைகளில் பல வெற்றிக்கோடுகள் அமைத்துக் கொண்டு அவற்றை நோக்கி ஓடுதல்.

20. வெளியிலிருந்து கேட்கப்படுவனவற்றுக்காகக் காத்திராமல், அதையே சார்ந்திராமல், நம்மிடம் நாமே உன்னதத்தைக் கேட்டல்.

21. முக்கிய வேலைகளுக்கு சிக்கனம் பாராமல் தாராளமாகக் கூடுதல் தரமான நேரம் ஒதுக்குதல்.

22. குறிப்பிட்ட கால இடைவெளிகளில், சற்று நிதானித்து, செய்து கொண்டிருப்பவை எப்படி எதற்காக என்று ஸ்டாக் எடுத்தல்.

23. மிகப் பெரிய அளவுகளில் கிடைப்பது மட்டுமே நேரம் என்று நினைக்காமல், சிறிய அளவுகளில் அவ்வப்போது கிடைக்கும் நேரத் துளிகளையும் விடாமல் பயன்படுத்துதல்.

●

நேரம் தங்கத்தைவிட மதிப்பு மிகுந்தது. பொறுப்புகளும் வாய்ப்புகளும் பெருகிவரும் பரபரப்பு மிகுந்திருக்கும் இக்காலத்தில், எவருக்குமே, நேரம் என்பது அவர்கள் விரும்பும் வகைகளில் தங்கக் கட்டிகளைப்போலப் பெரிய பெரிய அளவுகளில் கிடைக்காது. ஆனால், முயன்று கவனிப்பவர்களுக்கு, அவர்கள் விரும்புவதைச் செய்வதற்கான நேரம், தங்கத் துகள்களைப் போலச் சிறிய அளவுகளில் கண்டிப்பாகத் தொடர்ந்து கிடைத்துக் கொண்டேதான் இருக்கும்.

வாய்ப்புகளும், அதே சமயம் கடுமையான போட்டிகளும் நிறைந்த உலகில், வெற்றி பெறப் போதிய அளவு நேரம் என்பது அவசியம். துகள்களாகவேனும் கிடைக்கும் நேரத்தைச் சரியாக அடையாளம் கண்டு, வினாடிகளைக் கூட வீணாக்காமல், அவற்றைத் தங்களுக்குத் தேவைப்படும் விதமாகப் பயன்படுத்தத் தெரிந்தவர்கள் கண்டிப்பாக வெற்றி பெறுவார்கள். அதற்கான சீரிய வழிமுறைகள் பலவற்றையும் விரிவாகவே, தக்க உதாரணங்களுடன் பார்த்தோம். அடுத்து?

வேறு என்ன? வெற்றிதான்!

வாழ்த்துகள்!

www.ingramcontent.com/pod-product-compliance
Lightning Source LLC
LaVergne TN
LVHW060119051026
849517LV00007B/2341
9789386737250